பாதுஷா என்ற கால்நடையாளன்

பாதுஷா என்ற கால்நடையாளன்

உண்ணி. ஆர் (பி. 1971)

சிறுகதையாளர். திரைக்கதை ஆசிரியர். பெற்றோர் என். பரமேஸ்வரன் நாயர் – கே.ஏ. ராதாம்மா. ஐந்து சிறுகதைத் தொகுப்புகளும் ஒரு கட்டுரைத் தொகுப்பும் வெளியாகியுள்ளன. பஷீர், சும்பிக்குன்ன மனுஷ்யரும் சும்பிக்காத்த மனுஷ்யரும் (முத்தமிடும் மனிதர்களும் முத்தமிடாத மனிதர்களும்) ஆகிய நூல்களின் தொகுப்பாளர். பத்துக்கும் மேற்பட்ட படங்களுக்கு திரைக்கதை எழுதியள்ளார். சிறந்த திரைக்கதைக்கான கேரள அரசின் விருதை 'சார்லி'யும் ராமு காரியத் விருதை 'முன்னறியிப்பு'ம் (முன்னறிவிப்பு) பெற்றன. 'ஒழிவு திவசத்தெ களி' (விடுமுறை நாள் ஆட்டம்) கதையை அடிப்படையாகக் கொண்டு உருவாக்கப்பட்ட படம் சிறந்த திரைப்படத்துக்கான மாநில அரசின் விருதைப் பெற்றது. மனைவி: அனு சந்திரன்; மகள்: சரஸ்வதி ஆகியோருடன் திருவனந்தபுரத்தில் வசிக்கிறார்.

மின்னஞ்சல்: unnisaraswati@gmail.com

சுகுமாரன் (பி. 1957)
மொழிபெயர்ப்பாளர்

கோவையில் பிறந்தார். அச்சிதழ், தொலைக்காட்சி, நூல் வெளியீட்டுத் துறைகளில் பணியாற்றினார். கவிஞர், கட்டுரையாளர், நாவலாசிரியர், மொழிபெயர்ப்பாளர். *காலச்சுவடு* இதழின் பொறுப்பாசிரியர். கனடா தமிழ் இலக்கியத் தோட்டத்தின் வாழ்நாள் சாதனையாளருக்கான இயல் விருதை 2016இல் பெற்றார். திருவனந்தபுரத்தில் வசிக்கிறார்.

தொடர்புக்கு: nsukumaran@gmail.com

உண்ணி. ஆர்

பாதுஷா என்ற கால்நடையாளன்

மலையாளத்திலிருந்து தமிழில்
சுகுமாரன்

காலச்சுவடு பதிப்பகம்

அன்பார்ந்த வாசகருக்கு,

வணக்கம்.

காலச்சுவடு நூலை வாங்கியமைக்கு நன்றி.

நூலின் உள்ளடக்கம், உருவாக்கம், அட்டைப்படம் இன்ன பிற அம்சங்கள் பற்றிய உங்கள் கருத்துகளையும் ஆலோசனைகளையும் காலச்சுவடு வரவேற்கிறது. தகவல், எழுத்து, வாக்கியப் பிழைகள் தென்பட்டால் கட்டாயம் தெரிவித்து உதவுங்கள். நூல் தயாரிப்பில் கடும் குறைபாடு இருப்பின் மாற்றுப் பிரதி உங்களுக்குக் கிடைக்கக் காலச்சுவடு ஏற்பாடு செய்யும்.

மின்னஞ்சல்: publisher@kalachuvadu.com

காலச்சுவடு நாகர்கோவில் தலைமையகத்துக்கும் கடிதம் அனுப்பலாம்.

தங்கள்

எஸ்.ஆர். சுந்தரம் (கண்ணன்)
பதிப்பாளர் — நிர்வாக இயக்குநர்

பாதுஷா என்ற கால்நடையாளன் ♦ சிறுகதைகள் ♦ ஆசிரியர்: உண்ணி. ஆர் ♦ © உண்ணி. ஆர் ♦ தமிழில்: சுகுமாரன் ♦ மொழிபெயர்ப்பு © N. சுகுமாரன் ♦ முதல் பதிப்பு: டிசம்பர் 2007 ♦ காலச்சுவடு முதல் பதிப்பு: டிசம்பர் 2018, மூன்றாம் பதிப்பு: பிப்ரவரி 2021 ♦ வெளியீடு: காலச்சுவடு பப்ளிகேஷன்ஸ் (பி) லிட்., 669, கே.பி. சாலை, நாகர்கோவில் 629001

paatushaa enRa kaalnaTaiyaaLan ♦ Short Stories ♦ Author: Unni.R ♦ Translated from Malayalam by: Sukumaran ♦ © Unni. R ♦ Translation © N. Sukumaran ♦ Language: Tamil ♦ First Edition: December 2007 ♦ Kalachuvadu First Edition: December 2018, Third Edition: February 2021 ♦ Size: Demy 1 x 8 ♦ Paper: 16 kg maplitho ♦ Pages: 152

Published by Kalachuvadu Publications Pvt. Ltd., 669, K.P. Road, Nagercoil 629001, India ♦ Phone: 91-4652-278525 ♦ e-mail: publications@kalachuvadu.com ♦ Wrapper printed at Print Specialities, Chennai 600014 ♦ Printed at Mani Offset, Chennai 600077

ISBN: 978-93-88631-15-0

02/2021/S.No. 883, kcp 2944, 18.6 (3) 8ss

பிரிய கவிஞர்கள்
ஆற்றூர் ரவிவர்மாவுக்கும்
டி. வினயசந்திரனுக்கும்

பொருளடக்கம்

முன்னுரை: உண்மைகள் மயங்கிக் கிடக்கும் இரவுவெளி	11
ஆசிரியர் குறிப்பு: அன்புள்ள பக்கத்து வீட்டுக்காரனுக்கு...	17
காளி நாடகம்	19
அது	30
முத்திரா ராக்ஷசம்	36
ஆலீசின் அற்புத உலகம்	41
பாதுஷா என்ற கால்நடையாளன்	47
மூன்று பயணிகள்	53
விடுமுறை நாள் ஆட்டம்	61
பூச்சி உலகம்	69
கடவுளின் பாவம்	77
பல வாழ்க்கைகள்	79
சக பயணம்	87
பத்து கட்டளைகளுக்கிடையில் இரண்டு பேர்	89
லீலை	97
பூதம்	129
பாங்கு	140

பொருளடக்கம்

உண்மைகள் மயங்கிக் கிடக்கும் இரவுவெளி

தற்கால மலையாளச் சிறுகதையில் முக்கியமான எழுத்தாளர்களில் ஒருவரான உண்ணி ஆர்.இன் கதைகளின் தொகுப்பு இது. பன்னிரண்டு கதைகள் கொண்ட இந்தத் தொகுப்பு உண்ணி என்ற எழுத்தாளரை அடையாளம் காட்டுவதோடு மலையாளச் சிறுகதையின் இன்றைய போக்கையும் சுட்டிக்காட்டும் என்று நம்புகிறேன். இந்த நம்பிக்கைதான் இந்த மொழிபெயர்ப்புக்குத் தூண்டுதல்.

மலையாளச் சிறுகதைக்கும் நூற்றாண்டு வரலாறு உண்டு. முதல் சிறுகதை ஆசிரியரான வேங்கயில் குஞ்ஞிராமன் நாயனார் முதல் இன்று எழுதும் புதிய எழுத்தாளர் வரையான ஒரு நீண்ட மரபு மலையாளச் சிறுகதையை உருவாக்கியும் பேணியும் வந்திருக்கிறது. விமர்சன வசதிக்கு ஏற்ப இந்த வரலாறு வெவ்வேறு போக்குகளாகப் பிரிக்கப்பட்டது. ஆரம்ப காலம், மறுமலர்ச்சிக் காலம், நவீனத்துவம், பின் நவீனத்துவம், தற்காலம் என்று வரலாற்றை வகைப்படுத்துவது சிறுகதை இலக்கியத்தை அணுகுவதற்கான எளிய வழியே தவிர இலக்கிய மதிப்பீட்டை நிறுவுவதற்கான உபாயமல்ல. அறுபதுகளில் தொடங்கி எழுபதுகளில் தீவிரமடைந்து எண்பதுகளில் கலைந்துபோன நவீனத்துவப் போக்கே இலக்கிய ஆர்வலர்களிடம் பெரும் அலைமோதலைத் தோற்றுவித்தது. நவீனத்துவ எழுத்தாளர்கள் தொடர்ந்து எழுதிவந்தும் எண்பதுகளில் அறிமுகமான சிலர் பொருட்படுத்தக்கூடிய வகையில் எழுதியும்கூட மலையாளச் சிறுகதையில் திசை திருப்பம் ஏற்படவில்லை என்றே கருதுகிறேன்.

தொண்ணூறுகளுக்குப் பின்னர் எழுதவந்த புதியவர்களின் பங்களிப்புத்தான் மலையாளச் சிறுகதையை மீண்டும் கவனத்துக்குரிய இலக்கிய வடிவமாக நிலை நிறுத்தியது. சுபாஷ் சந்திரன், கே.ஏ. செபாஸ்டியன், தாமஸ் ஜோசப், சந்தோஷ் எச்சிக்கானம், இ. சந்தோஷ்குமார், பிரியா ஏ.எஸ்.எஸ். சிதாரா, கே.ஆர். மீரா, இந்துமேனோன் என்று அறிமுகமான தலைமுறை சிறுகதைக்குப் புதிய நுண்ணுணர்வைக் கொடுத்து மீண்டும் உயிர்ப்புள்ளதாக்கியது. என் வாசிப்பனுபவத்தில் சலனங்களை ஏற்படுத்திய கதைகளை எழுதிய சிறுகதையாளர்கள் வரிசை இது என்ற வரையறை இந்தச் சுட்டிக்காட்டலுக்கு உண்டு.

உண்ணி. ஆர் கதைகள் அறிமுகமாவது முன்னுதாரணமற்ற எழுத்தின் காலகட்டத்தில். மறுமலர்ச்சிக் காலக் கதைகளோ, நவீனத்துவ – பின் நவீனத்துவக் கதைகளோ உருவாக்கி வைத்திருந்த வகை மாதிரிகளை நிராகரித்ததால் ஏற்பட்ட சிதில சமவெளியிலிருந்து தோன்றியவை சமகாலக் கதைகள். மறுமலர்ச்சிக்காலக் கதைகள் சமூகப் பின்னணியில் எழுதப் பட்டவை. நவீனத்துவ – பின் நவீனத்துவக் கதைகள் இருப்பின் சிக்கல்களைப் பின்புலமாகக் கொண்டவை. புதிய காலம் இந்த மதிப்பீடுகளைக் காலாவதியாக்கியிருக்கிறது. புதிய கேள்விகளையும் புதிய நுண்ணுணர்வுகளையும் முன்வைக்கிறது. சமகால மனித மனம் அவற்றை எவ்வாறு எதிர்கொள்கிறது அல்லது எதிர்கொள்ளத் தயங்குகிறது என்பதைச் சார்ந்த கதையாடல்களே தற்காலச் சிறுகதைகளின் அடையாளம். உண்ணியின் ‘விடுமுறை நாள் ஆட்டம்’ கதையை இதன் உதாரணமாகச் சொல்லலாம்.

வேலை தரும் அலுப்பைக் களைவதற்காக நான்கு நண்பர்கள் வழக்கம்போல அறையில் சந்திக்கிறார்கள். ஒரு குப்பி மதுவைச் சுற்றி ஒன்றிணைகிறார்கள். மது தரும் தற்காலிக விடுதலை உணர்வில் ராஜா திருடன் போலீஸ் ஆட்டம் ஆடுகிறார்கள். அரசனாக ஆட்டம் கட்டும் நபர் அதிகார மோகியான ராஜாவாக மனதுக்குள் உருமாறுகிறான். தன் பிரஜையாகக் கற்பிதம் செய்யப்பட்ட நணபனைக் கொன்று விடுகிறான். எது விளையாட்டு? எது வினை என்று பகுக்கமுடியாத மனநிலையில் இது நிகழ்கிறது. இது ஏன்? நம் சமகால வாழ்க்கையின் புதிய புதிரான ஆக்கிரமிப்புகளின் ஊடுருவல் அல்லவா இது? வன்முறை நம்மை அறியாமல் நாகரிக வாழ்க்கையில் மறைந்திருப்பதன் அடையாளமா? கேள்வியை மட்டும் முன்னிருத்திக் கதை முடிகிறது. கதாபாத்திரங்கள் அதிர்ந்து நிற்பதுபோலவே வாசகனும் அதிர்ந்து நிற்கிறான்.

குற்றம் சார்ந்த இந்த உணர்வு நிலையின் வெவ்வேறு கோணங்களையும் நிறங்களையும் படைப்பதுதான் கதைகளில் உண்ணியின் கைத்திறனாக அமைகிறது.

சமகாலப் பார்வையிலிருந்து வரலாற்றை மறுவாசிப்புச் செய்கிற இயல்பு உண்ணி கதைகளின் இன்னொரு அம்சம். அதன் மூலம் இன்று நாம் எதிர்கொள்ளும் வாழ்வின் சாயல்களைக் கதையாளரால் வெளிப்படுத்த முடிகிறது.

பெண்வணிகம் கேரளச் சமூகத்தில் புதிய குற்றமாக உருவாகியுள்ள பின்னணியில் அல்லாமல் 'ஆலிசின் அற்புத உலகம்' கதையைப் புரிந்துகொள்வது கடினம். பெண்களை, குறிப்பாக பூப்பெய்திய சிறுமிகளைப் பாலியல் பண்டமாகப் பயன்படுத்தி சமூக, பொருளாதார, அரசியல் அதிகாரங்களை உடைமையாக்கிக்கொள்வதோ, தக்கவைத்துக் கொள்வதோ இன்று அபூர்வமற்ற சம்பவம். அந்தப் பின்னணியில்தான் ஆலீசின் கதை எழுதப்பட்டிருக்கிறது. ஆலீஸ் பாலியல் இரையானது அவளது வெகுளித்தனம் காரணமாகவோ அறியாமை காரணமாகவோ மட்டுமல்ல. லூயிஸ் கரோலின் ஆலீசுக்கு இலக்கிய மதிப்பும் அதையொட்டிய வரலாற்றுப் பெறுமானமும் உண்டு. உண்ணியின் ஆலீஸ் அந்தப் பெயரைச் சூட்டிக்கொண்டு வரலாற்றைப் பகடி செய்பவளாகவே தோன்றுகிறாள். விநோதக் கற்பனைகள் (ஃபான்டஸி) உருவாக்குவதற்கான மனிதனின் ஆற்றல் பிரதானமானது என்று 'அற்புத உலகத்தில் ஆலீஸ்' நூலைப்பற்றி ஐன்ஸ்டீன் குறிப்பிடுகிறார். ஆனால் உண்ணியின் ஆலீஸ் உருவாக்கும் ஃபான்டஸியை எந்த வகையில் சேர்ப்பது?

உண்ணியின் வேறு சில பாத்திரங்கள் நேற்றைய வரலாற்றாலும் இன்றைய நிகழ்வுகளாலும் உதாசீனம் செய்யப்பட்டவர்கள். இருப்பாலும் சமூக நீதியாலும் விலக்கி நிறுத்தப்பட்டவர்கள். 'காளி நாடக'த்தின் மையப் பாத்திரமான காளியம்மையும் 'பாதுஷா என்ற கால்நடையாள'னில் வரும் பாதுஷாவும் அப்படிப்பட்டவர்கள்.

கேரள மறுமலர்ச்சியின் தந்தையான நாராயண குருவின் மனைவிதான் 'காளி நாடக'த்தின் மையம். நாராயணன் குருவாகப் பரிணாமம் கொள்வதற்கு முன் இல்லற வாழ்வில் ஈடுபட்டிருந்தவர். அவர் மனைவி பெயர் காளியம்மை. வெறும் மேலோட்டமான வரலாற்றுக் குறிப்புகளிலிருந்து மறுக்கப்பட்ட ஒரு பெண் ஜீவிதத்தை மீட்டெடுக்கிறார் கதையாளர். அந்தச் செயல்பாட்டில் வரலாற்றின் வஞ்சகமும் உதாசீனமும் பகிரங்கமாகின்றன.

நடப்பதில் பிரியமுள்ள பாதுஷா என்ற வயோதிகன் காரணமில்லாமல் சந்தேகிக்கப்படுகிறான். உடல்ரீதியாகவும் மனரீதியாகவும் துன்புறுத்தப்படுகிறான். அவனுடைய தோற்றமும் பெயரும் அதற்கு முகாந்திரமாகின்றன. அதிகாரம் பல்லைத் தீட்டிவைத்திருக்கும்போது இரைகள் நியாயமற்றுக் குதறப்படுகின்றன என்ற கூர்மையான அரசியல் கதையின் வரிகளிலும் மௌனத்திலும் ஒளிந்திருப்பதை வாசகரால் பிரித்துணர முடியும். பாதுஷா நினைவுகூரும் கொடுங்கனவு அதைத் துலங்கச் செய்யும். இதே பிரித்துணர்வு 'முத்திரா ராட்சசம்' கதைக்கும் தேவைப்படுகிறது. அப்பா – பிள்ளை உறவாடல் பற்றிய கதை அதிகாரத்துக்கும் அதிகார எதிர்ப்புக்கும் விளக்கமாகிறது. வாழ்வின் ரகசியச் சுருளை விரிப்பதுதான் உண்ணி கதைகளின் பொது இயல்பாகக் கருதுகிறேன். இந்த இயல்பின் அசாதாரண எடுத்துக்காட்டு – 'காளி நாடகம்'. கடந்த சில ஆண்டுகளுக்குள் மலையாளத்தில் வெளிவந்த ஆகச் சிறந்த கதைகளில் ஒன்றும்கூட.

வாசிப்பனுபவத்தில் தட்டுப்பட்ட ஒரு சுவாரசியமான அம்சம், உண்ணி கதைகளின் பொழுது இரவு என்பது. 'பாதுஷா என்ற கால்நடையாளன்', 'அது', 'ஆலீசின் அற்புத உலகம்', 'மூன்று பயணிகள்', முத்திரா ராட்சசம் ஆகிய பெரும்பான்மைக் கதைகள் இரவின் நிகழ்வுகள். இன்னொரு அர்த்தத்தில் வரலாறு என்பதும் உண்மைகள் மயங்கிக் கிடக்கும் இருள் பிரதேசம்தான். ரகசியச் சுருளை விரிக்கிற உண்ணியின் கதையாடல் இங்கு பொருத்தமானதாகிறது. இந்தக் கூற்றின் சான்று – ஸ்டாலின் அரசால் கொல்லப்பட்ட எழுத்தாளர் ஐசக் பாபேலை மையமாகக் கொண்ட 'கடவுளின் பாவம்' என்ற கதை.

இன்றைய எழுத்தாளர் புவியியல் எல்லைகளைக் கடந்தவர். தொடர்பு சாதனங்களின் பரவல் எல்லா மனிதர்களையும் நெருங்கச் செய்துவிட்டது என்ற உரிமை பாராட்டல் இலக்கியம், கலை, கலாச்சாரத் துறைகளுக்குக் கூடுதலாகப் பொருந்தும் என்று படுகிறது. இது விரிவான வாசிப்புக்கும் இலக்கியப் பொதுவெளியை உருவாக்கவும் துணை செய்திருக்கிறது. அதன் விளைவு எந்த மொழியில் எழுதப்பட்டாலும் இலக்கியம் ஒரு பொதுப்பரப்பில் அர்த்தம் கண்டடைகிறது. 'மூன்று பயணிகள்' என்ற உண்ணியின் கதை இந்த உணர்வை அழுத்தமாக்கியது. காப்ரியேல் கார்ஸியா மார்கேசின் 'செவ்வாய்க் கிழமை பகலுறக்கம்' என்ற கதையுடன் இலக்கியத்தின் பொதுப் பரப்பில் 'மூன்று பயணிகள்' சந்திப்பு நிகழ்த்துகிறார்கள். வாசிப்பு மூலம் எனக்குள் சேகரமாகியிருக்கும் படிமங்கள் இந்த

ஒப்பீட்டுக்குக் காரணம். எனினும், இலக்கியம் ஒரு பொதுமரபை உருவாக்குகிறது என்ற என் தரப்பை நிறுவும் ஆதாரமாகவே இதைக் காண விரும்புகிறேன்.

முன்னுதாரணமற்ற வகையிலானது உண்ணியின் கதையெழுத்து என்று முன்னர் குறிப்பிட்டது மிகையல்ல என்பதைத் தொகுதியில் இடம்பெற்றுள்ள கதைகள் தெரிவிக்கும். ஒவ்வொரு கதையையும் ஒவ்வொரு வடிவிலும் ஒவ்வொரு நடையிலும் பரிசோதனை செய்து பார்க்க விரும்புகிறார் இந்தச் சிறுகதையாளர். இருள் படர்ந்த வானத்தில் புதிய நட்சத்திரங்களை அடையாளம் காண விரும்புவது போன்ற உற்சாகத்துடனும் உழைப்புடனும் இந்த எழுத்தாளர் கதைகளை உருவாக்குகிறார். புதிய தலைமுறையில் தனித்துவமுள்ளவராக உண்ணியை மதிப்பிடுவது இந்த நோக்கில்தான். மொழியாக்க வேளையில் அந்த எண்ணம் மேலும் வலுப்பெற்றது. அந்த நம்பிக்கைதான் இந்தத் தொகுப்பில் நான் அடைந்த நிறைவு. அதே நிறைவு தமிழ் வாசகர்களுக்கும் ஏற்படும் என்ற பரிந்துரையுடன் ‘காளி நாடக’த்தை முன்வைக்கிறேன்.

திருவனந்தபுரம் **சுகுமாரன்**

11 செப்டம்பர் 2006

உண்ணி ஆரின் பன்னிரண்டு கதைகள் அடங்கிய மொழிப்பெயர்ப்புத் தொகுப்பு காளிநாடகம் என்ற பெயரில் 2007ஆம் ஆண்டு வெளியானது. நூல் வெளிவந்து பதினோரு ஆண்டுகள் கழிந்துவிட்டன. வெவ்வேறு காரணங்களால் அதற்கு ஓர் இரண்டாம் பதிப்பு வெளியாகும் சூழல் அமையவில்லை. எனவே மேற்குறிப்பிட்ட தொகுதிக் கதைகளுடன் புதிதாக தமிழாக்கம் செய்யப்பட்ட கதைகளுடன் புதிய நூலாக வெளியிடும் எண்ணம் உருவானது. அதன் விளைவே ‘பாதுஷா என்ற கால்நடையாளன்’. ‘காளிநாடக’த்தை வெளியிட்ட உயிர்மை பதிப்பகத்துக்கும் இந்நூலை வெளியிடும் காலச்சுவடு பதிப்பகத்துக்கும், நூலாக்கத்தில் உதவிய ஹெமிலா, முகப்பை வடிவமைத்து தந்த ஜெய்னுல் ஆபித், மெய்ப்புப் பார்த்து உதவிய ஜாகீர்ராஜா, செந்தூரன் ஆகிய நண்பர்களுக்கும் மனமார்ந்த நன்றிகள்.

திருவனந்தபுரம் **சுகுமாரன்**

17 டிசம்பர் 2018

அன்புள்ள பக்கத்து வீட்டுக்காரனுக்கு...

சிறு வயதில் எம்.எஸ். சுப்புலட்சுமியின் பாட்டுகள்தான் தமிழுக்கான வழியாக அமைந்தன. அந்த வழி சுப்புலட்சுமியின் குரலையும் அழகையும் போல வெளிச்சமானதாக இருந்தது. அந்த வழியில் பட்டுச் சேலையுடுத்திய, மல்லிகை சூடிய அழகான பெண்கள் உரக்கப் பேசிக்கொண்டும் சிரித்துக்கொண்டும் நடந்துபோனார்கள். பூணூல் அணிந்த, சந்தனப்பொட்டு வைத்த, தொந்தியுள்ள ஆண்களும் நடந்து போனார்கள். பிறகு எப்போதோ சாலைப்பணிக்கு வந்த, வீசியெறியப்பட்ட பொருட்களைத் தேடி வந்த, அம்மா என்ற அழைப்புடன் வந்த பிச்சைக்காரர்களையும் பார்த்தேன். அவர்கள் பேசியதும் தமிழ்தான். அவர்கள் எங்களுடைய பாதையோரங்களில் வெளிக்கிருந்தார்கள். சண்டை போட்டார்கள். ஆண் பெண் வேற்றுமையில்லாமல் ஷாப்புகளில் உட்கார்ந்து சாராயம் குடித்தார்கள். அன்று முதல் மல்லிகைப் பூவின் மணத்தை மட்டுமல்ல பீயின் வாசனையையும் மூக்கு ஏற்றுக் கொண்டது. சுப்ரபாதத்தை மட்டுமல்ல வசவுகளையும் கேட்டுக்கொள்ளக் காதுகள் தயாராயின. மொழிபெயர்ப்புகள் மூலம் புதுமைப்பித்தனும் ந. பிச்சமூர்த்தியும் சுந்தர ராமசாமியும் வந்தார்கள். பாட்டுகளினூடே டி.எம். சௌந்தர்ராஜனும் இளையராஜாவும் வந்தார்கள். அலறல்களினூடே இலங்கையிலிருந்து அகதிகள் வந்தார்கள். எனினும், அன்புள்ள பக்கத்து வீட்டுக்காரனே,

உன்னுடைய உலகம் எனக்கு அறிமுகமற்றதாகவே இருக்கிறது. இந்தக் கதைகளில் எங்காவது, ஒருவேளை நாம் நேருக்கு நேராகப் பார்க்கக்கூடும். சில சமயம் அப்படி நேராமலும் போகலாம். ஆனால், என்றாவது ஒருநாள் நாம் சந்திப்போம் என்ற நம்பிக்கை எனக்கு இருக்கிறது. அந்த நம்பிக்கைதான் என்னை எழுதத் தூண்டுகிறது.

நாவலாசிரியரும் மொழிபெயர்ப்பாளருமான டி.டி. ராம கிருஷ்ணனுக்கும் மனுஷ்ய புத்திரனுக்கும் நன்றி. இந்தக் கதைகளை மொழிபெயர்த்து அவற்றுக்கு முன்னுரையும் எழுதியுள்ள கவிஞர் சுகுமாரனுக்கும் நன்றி.

கோட்டயம், குடமாளூர்   **உண்ணி. ஆர்**
2006

(காளிநாடகம் தொகுப்புக்கு எழுதிய குறிப்பு)

காளி நாடகம்

காளியம்மை சுய சரிதை எழுதியிருக்கவில்லை. காளியம்மையின் வாழ்க்கை வரலாறுமில்லை. சரித்திரத்தின் பகுதியாக மாறத் தேவையான செயல்கள் எதையும் காளியம்மை செய்திருக்கவுமில்லை. எனினும் இந்தப் பெண்மணியின் வாழ்க்கையைப் பற்றி ஆராய்ச்சி செய்ய இந்த எளியவனைத் தூண்டிவிட்ட சங்கதிகளை முன்னுரையாகச் சொல்லிவிடுகிறேன்.

கள்ளு, கயிறு போன்ற பொருளாதார ரீதியில் நிச்சய வருமானம் தரும் வியாபாரங்கள் மூலமாகவும் தலைமுறைகளாகக் கிடைத்துவரும் சொத்துகள் மூலமாகவும் நிதி நிலவரத்தில் கொஞ்சம் உயர்ந்த நிலையிலிருந்த ஈழவக் குடும்பங்கள் ஒன்றில்தான் நான் பிறந்தேன். பெரும் கீர்த்திபெற்றவரும் சமூகச் சீர்திருத்தவாதியும் நவீனக் கேரளத்தை உருவாக்கிய வரலாற்று நாயகருமான ஸ்ரீ நாராயண குருதான் என்னுடைய நெற்றியில் தொட்டு கார்த்திகேயன் என்று பெயர் சூட்டி அழைத்தார்.

குழந்தைப் பருவம் முதல் ஏறத்தாழப் பதினைந்து வயதுவரைக்கும் நோய்ப் பீடைகள் என்னை விடாமலிருந்தன. வேண்டுமென்றால் ஒரு நோய் போனதும் அடுத்த நோய் வந்து கூடுகட்டும் சிக்கு விலகாத உலர்ந்த மரக்கிளைபோல இருந்தது என் உடல் என்று சொல்லலாம். ஆரோக்கிய நிலை மிகவும் மோசமாக இருந்ததால் என்னுடைய படிப்பு முழுவதும் வீட்டிலிருந்தபடியே நடந்தது. அப்படியாக வீடும் வாசலுமாகக் காலத்தைக்

கழித்துக்கொண்டிருக்கும் போது பதினைந்தாம் வயதில் என்னை விஷம் தீண்டியது. தேங்காய் மட்டையிலிருந்து ஊர்ந்து வந்த ஒரு பாம்புதான் எந்த நிமிஷமும் உயிரை விட்டுவிடக் காத்திருந்த என் சின்ன உடலில் இந்தப் பெரும் காரியத்தைச் செய்துவிட்டுத் தப்பிப்போனது. பாம்பைப் பார்த்து பயந்து அலறியது மட்டுமே என் ஞாபகத்தில் இருக்கிறது. அதற்கு அப்புறம் நடந்ததெல்லாம் கறுப்புத் திரையால் மறைத்ததுபோல இருட்டானவை. உயிர் மறுபடியும் மெல்ல உள்ளே தவழத் தொடங்கி ஞாபகம் திரும்பியதும் எனக்கு நேர்ந்த ஆபத்தைப் பற்றிப் பலரிடமிருந்து கூடுதல் விவரங்கள் தெரியவந்தன. விஷம் தீண்டியதும் நொடி நேரத்தில் என்னுடைய சர்வ நாடிகளும் ஓய்ந்து உடம்பு நீலம் பாரித்து மரணம் நிச்சயம் என்று எல்லாரும் ரகசியமாகப் பேசிக்கொண்டார்களாம். என்னுடைய செய்கைகளைப் பார்த்தவர்கள் இரு சர்வாங்க விஷமென்றும் இல்லை சங்கா விஷமென்றும் சொல்லிக் கொண்டார்கள்.

அப்படியிருக்கையில்தான் சிறையின்கீழ்காரனான கொம்மனாசான் என்ற விஷசிகிச்சை வைத்தியன் அந்த வழியே வர நேர்ந்தது. வக்கீலின் மகனை விஷம் தீண்டிவிட்டதென்றும் ஆசான் அந்த உயிரைக் காப்பாற்ற வேண்டுமென்றுமான வேண்டுகோளைக் கேட்டு வீட்டுக்கு வந்து 'பயப்பட வேண்டாம் காளியம்மை துணையிருப்பாள்' என்று சொல்லிக்கொண்டே என்னை எழுப்பி நிமிர்த்தி உட்காரவைத்தார். பிறகு நெல்மணியால் நெற்றியில் நீளமாக ஒரு கீறலை உண்டாக்கி அதில் ஏதோ சாற்றைப் புரட்டினார். அதற்குப் பிறகு அதன் மேல் ஒரு செப்புப் பாத்திரத்தைக் கவிழ்த்து வைத்துச் சூடு பண்ணினார். கொஞ்ச நேரம் கழிந்ததும் கனவில் நடப்பதுபோல நான் எழுந்து நிற்பதை எல்லாரும் பார்த்தார்கள்.

கொம்மனாசான் இரண்டு வாரம் வீட்டில் தங்கியிருந்து எனக்கு வேண்டிய சிகிச்சைகளைச் செய்தார். கொம்மனாசான் பார்வையில்லாதவர் என்பதுதான் என்னை ஆச்சரியப்படுத்திய சங்கதி. ஆசானுக்கு ஐந்து வயதாக இருக்கும்போது விஷம் தீண்டியதாம்; உயிர் இருக்கிறதா என்று பார்ப்பதற்காக விஷமுறிவு வைத்தியன் அஞ்சனமெழுதிப் பார்த்தானாம். அவனுடைய அறிவீனம் காரணமாக ஆசானுக்குப் பார்வை பறி போய்விட்டது. (அஞ்சனத்தின் சேர்வைகள் பற்றி ஆசான் சொல்லியிருந்தார். ஆனால் அதை ஞாபகத்தில் கொண்டுவர முடியவில்லை.) இந்தச் சந்தர்ப்பத்தில் சிறையின்கீழில் வசிக்கும் ஒரு பெண்மணிதான் ஆசானின் உயிரைக் காப்பாற்றினார். வைத்தியம், ஜோதிடம், மர்மம் இத்தியாதி கலைகளில் அபார ஞானமுள்ள அந்தப் பெண்மணிதான் பிற்பாடு இவருக்கு விஷ

உண்ணி. ஆர்

சிகிச்சையையும் கற்றுக்கொடுத்திருக்கிறார். வீட்டை விட்டுப் போவதற்கு முன்னால் கொம்மனாசான் என்னைப் பக்கத்தில் அழைத்து உட்காரவைத்து 'எல்லாம் காளியம்மையின் கருணை' என்று சொன்னார். வீட்டில் தங்கியிருந்த எல்லா நாட்களிலும் 'காளியம்மா, கார்த்திகேயனைக் காப்பாத்து' என்று சொல்லிக் கொண்டே இருப்பார். 'பத்திரகாளியிடமா பிரார்த்தனை செய்கிறீர்கள்?' என்று சந்தேகமாகக் கேட்கும் என்னிடம் 'இல்லை காளியம்மையிடம்' என்று மட்டும் சொல்லுவார்.

கொஞ்சம் பெரியவனானதும் வியாபார விஷயங்களுக்காகப் பல இடங்களிலும் அலைய வேண்டியிருந்த சந்தர்ப்பத்தில் சிறையின்கீழுக்கும் போகவேண்டி வந்தது. அங்கே போனதும் நான் முதலில் கொம்மனாசானைப் பற்றித்தான் விசாரித்தேன். நிரந்தரமாக ஒரு இடத்தில் தங்கமாட்டார் என்றும் பயணம் செய்துகொண்டே இருப்பதுதான் வழக்கம் என்றும் சிலர் சொன்னார்கள். சிலரோ அவர் இறந்துபோய்விட்டார் என்ற தகவலை அவ்வளவு உறுதியில்லாமல் சொன்னார்கள்.

அதற்கிடையில் நான் அடிக்கடி அவர் சொல்லுகிற காளியம்மை யாரென்று விசாரிக்கவும் செய்தேன். கொம்மனாசானின் உயிரைக் காப்பாற்றிய அவருக்கு விஷ வைத்தியம் கற்றுக்கொடுத்த பெண்மணியின் பெயர் காளியம்மை என்று தெரிந்து வைத்திருந்த எனக்கு என்னுடைய அடங்காத ஆர்வத்துக்குக் கிடைத்தது கொஞ்சமும் மதிப்பில்லாத பதிலாகப் போயிற்றே என்று பரிதவித்தேன். ஆனால் சிறிது நேரம் கழிவதற்குள்ளாகவே இந்தப் பரிதாப நிலை மாறியதோடு என்னை ஆச்சரியப்படுத்துவதும் ஓர் அர்த்தத்தில் சின்ன நடுக்கம் ஏற்படுத்தக்கூடியதுமான வேறொரு செய்தியைத் தெரிந்துகொள்ள நேர்ந்தது.

இந்தத் தகவலிலிருந்து வளர்ந்த ஆர்வம்தான் பிற்பாடு பல சந்தர்ப்பங்களிலும் பலரிடமிருந்தும் காளியம்மையின் வாழ்க்கையைப் பற்றி விசாரிக்க எனக்குத் தூண்டுதலாக இருந்தது. சிலர் காளியம்மையைப் பற்றி எதுவும் தெரியாது என்பதுபோல விழித்தார்கள். சிலர் அவர்களுக்குத் தெரிந்த தகவல்களை ரகசியம்போல (சின்ன பயத்துடனேயே) சொன்னார்கள். வேறு சிலரோ ஏதோ கேட்கக் கூடாததைக் கேட்டதுபோல என்னைத் திட்டவும் தெய்வ நிந்தனை செய்யாதே என்று எச்சரிக்கவும் செய்தார்கள்.

கேள்விப்பட்ட தகவல்களில் சில நம்பத்தகுந்தவையாகவும் சில முற்றிலும் நம்ப முடியாதவையாகவும் இருந்தன. சொந்தத் தேவைக்கானவை என்பதால் இந்தத் தகவல் அமைப்பின் சரி

தவறுகளைப் பற்றி நான் சுத்தமாகக் கவலைப்படவில்லை. வரும் தலைமுறையைச் சேர்ந்த ஒருவனுக்கு இதோ அபூர்வமான புதையல் என்று பிரகடனம் செய்யக்கூடிய மூலதனம் இதில் இல்லை என்பதும் நான் உணர்ந்த சங்கதிதான்.

காளியம்மையின் தாய் தந்தையின் பெயர் நீலி, அய்யப்பன் என்பது. அய்யப்பனை அப்பாயி வைத்தியர் என்று அழைத்திருந்ததாகவும் சிலர் சொன்னதுண்டு. இவர் தேர்ந்த வைத்தியரும் நிமித்த சாஸ்திரம் அறிந்தவருமாக இருந்தார். காளியம்மையின் தாய்வழிக் குடும்பத்திலும் பிரபலமான ஜோதிட பண்டிதர்களும் வைத்தியர்களும் இருந்தார்கள். காளியம்மையின் சகோதரனின் பெயர் நீலம்பி. காளியம்மைக்குக் கீழே இரண்டு குழந்தைகள் இருந்தார்கள். ஆனால் சின்ன வயதிலேயே இறந்து போனார்கள். நாலு வயதுவரை நோய் நொடியில்லாமல் வளர்ந்த காளியம்மை ஒரு நாள் வீட்டுக்காரர்களைப் பயப்படுத்திக்கொண்டு பிதற்றத் தொடங்கினாள். குழந்தைக்குப் பலவித மருந்துகளையும் கொடுத்துப் பார்த்தும் குறைவொன்றும் இல்லை. கடைசியில் குடும்பத்துப் பெரியவர்கள் சொன்னபடி மய்யநாட்டிலிருந்து குமாரன் என்ற மந்திரவாதியை அழைத்துவர முடிவுசெய்தார்கள். பன்னிரண்டு நாட்கள் நீண்ட விசேஷ பூஜைகள் அப்போது அங்கே நடந்ததாம். ஏழு கிணற்றிலிருந்து தண்ணீர், ஐந்து பசுக்களின் சாணம், ஒரு நண்டு, ஒரு தவளை, ஒரு பச்சைப் பாம்பு, ஒரு பரல் மீன், ஒன்றரைப் பறை அவில், இரண்டு அடையப்பம், பத்துக் கட்டுப் பனையோலை, கோமியம், அரைக் கரண்டி தாய்ப்பால் – இதெல்லாம்தான் பூஜைக்கான சாமக்கிரியைகள். மந்திரவாதி வீட்டிலிருந்து கொண்டுவந்த நெருஞ்சி இலையையும் கரு நொச்சி இலையையும் உப்பு, மிளகு, கடுகு, எள்ளையும் கலந்து பலா விறகைப் பற்றவைத்துக் கொதிக்க வைப்பார்கள். இந்த நேரம் முழுவதும் ஒரு பெரிய இரும்புத் துண்டு நெருப்பில் கிடந்து பழுத்துக்கொண்டிருக்கும். பன்னிரண்டாவது நாள் பழுத்துக் கனிந்த இரும்பை மந்திரவாதி உள்ளங்கையில் வைத்துக்கொண்டு பேய்பிடித்த உடம்புக்குப் பக்கத்தில் கொண்டுபோகும்போதெல்லாம் பீதியூட்டக்கூடிய அலறலுடன் உடம்பில் புகுந்திருக்கும் துஷ்ட ஆவிகள் நெருப்பில் விழும். ஆவிகுடியிருந்த உடம்பு தளர்ந்து விழும். காளியம்மையின் உடம்பிலிருந்து பத்துக்கு மேற்பட்ட ஆவிகளை உச்சாடனம் செய்தார். கடைசியில், சோர்ந்து விழுந்த காளியம்மையின் கண்மணியில் அசைவு முழுவதுமாக இல்லாமற் போயிற்று. சில மணி நேரங்களுக்குப் பிறகு விழித்த காளியம்மையை எல்லாரும் ஆசுவாசப்படுத்தினார்கள். இனிமேல் விழித்திருக்கும் நேரத்தில் மட்டும் எதிர்கால நடப்பைப் பற்றி யோசித்தால் போதும் என்று

தகப்பனாரான அய்யப்பன் முடிவு செய்தார். காரியம் செய்யும் திறமையுள்ளவளும் புத்திசாலியுமாக தன் மகள் வளர்ந்து வருவாள் என்பதும் கணவன் உயிரோடிருக்கும்போதே அவள் விதவையின் துக்கத்தை அனுபவிக்க வேண்டியிருக்குமென்பதுமான நிமித்த சாஸ்திர உணர்வு அவரை துக்கத்தில் ஆழ்த்தியது.

உறவினரும் காளி பக்தருமாகவிருந்த மாடன் ஆசானின் ஆலோசனைப்படிதான் அய்யப்பனும் நீலியும் மகளுக்குக் காளியம்மை என்று பெயர் வைத்திருந்தார்கள். மாடன் ஆசானின் மகன் நாராயணன்தான் காளியம்மையைத் திருமணம் செய்துகொண்டான். அன்றைக்கு நடைமுறையிலிருந்த தாலிகட்டு கல்யாணம்தான் இருவருடைய வாழ்க்கையிலும் நடந்தது. காளியம்மையின் தாம்பத்தியம் பற்றி இன்று பலரும் பல அபிப்பிராயங்கள் சொல்லுகிறார்கள். சிலர் அப்படியொன்று நடக்கவேயில்லை என்றும் சொல்லுகிறார்கள். கல்யாணம் முடிந்த இரண்டாவது நாள் அவள் கணவன் காளியம்மையைப் பிறந்த வீட்டுக்கே திருப்பி அனுப்பிவிட்டார் என்று சிலரும்; இல்லை அவர்கள் இரண்டு வருடங்கள்வரை ஒன்றாக வாழ்ந்தார்கள் என்று சிலரும் சொல்லுகிறார்கள். இந்தக் காலத்தில் தான் காளியம்மை வைத்தியத்தில் காரியமான பாடங்களைக் கற்றுக்கொண்டாள் என்றும் சொல்லப்படுகிறது. சிறையின்கீழில் வீட்டிலிருக்கும்போது அப்பாவுக்கு உதவிசெய்தவதற்காகச் சில மூலிகைகளைப் பறித்திருக்கிறாள் என்பதைத் தவிர வைத்தியத்தில் போதுமான தேர்ச்சி பெற்றிருக்கவில்லை. கணவரிடமிருந்து கற்றுக்கொண்ட குஞ்ஞுமாமி வைத்தியரின் ‘ஆயுஷ்காமீய வியாக்கியானம்’ என்ற புத்தகத்தின் வரிகளை அடிக்கடி சொல்லிக்கொண்டிருப்பாள் என்றும் சொல்லப்படுகிறது.

பக்கத்துவீட்டுக்காரியும் விளையாட்டுத் தோழியுமான குறிஞ்சி என்ற பெண்தான் காளியம்மையுடன் மிகவும் நெருக்கமாக இருந்தவள். குறிஞ்சி இரண்டாவது தடவை பிரசவித்துக் கிடக்கும்போதுதான் காளியம்மை புகுந்த வீட்டிலிருந்து பிறந்த வீட்டுக்குத் திரும்பி வந்தாள். ஏன் திரும்பி வந்தாய் என்று கேட்ட குறிஞ்சியிடம் நானாக வரவில்லை; அவர் போய்விட்டார் என்று மட்டுமே பதில் சொன்னாள். குறிஞ்சியின் பிரசவ சிசுருட்சைக்கான எல்லா மருந்துகளையும் காளியம்மைதான் தயார் செய்தாள். குறிஞ்சி தன்னுடைய குழந்தைக்கு முலையூட்டும்போது காளியம்மை ஆச்சரியத்துடன் பார்த்துக்கொண்டிருப்பாள். அடிக்கடி நீ அதிருஷ்டசாலி என்று சொல்லவும் செய்வாளாம். குறிஞ்சி அதற்குப் பிறகு மூன்று குழந்தைகளைப் பெற்றெடுத்தாள். அன்றைய வழக்கப்படி ஆண் குழந்தை பிறந்தால் குலவையிட வேண்டும். பெண் குழந்தை பிறந்தால் துடைப்பக்குச்சியால்

தரையில் அடிக்கவேண்டும். குறிஞ்சியின் நாலு குழந்தைகளும் ஆண்பிள்ளைகள். ஐந்தாவது குழந்தை உண்டாயிருந்தபோது பேற்று அறையிலிருந்து காளியம்மையின் குலவை சத்தம் கேட்டு ஓடிவந்தவர்கள் பார்த்தது குறிஞ்சியின் பக்கத்தில் கிடக்கிற பெண் குழந்தையை. காளியம்மை தப்புப் பண்ணிவிட்டாள் என்று சொன்னவர்களிடம் பெண் குழந்தைக்குக் குலவை போட்டால் ஒரு தப்புமில்லை என்று சொல்லிவிட்டுத்தான் அங்கேயிருந்து போனாளாம்.

காளியம்மையின் சகோதரன் நீலம்பியின் பிரதான பொழுதுபோக்குகளில் ஒன்று ஊர் சுற்றுவது. அந்த ஊரிலிருந்து கொச்சி–மலபார் பிரதேசங்களைப் போய்ப் பார்த்துவிட்டு வந்த அபூர்வமான நபர்களில் நீலம்பியும் ஒருவன். நீலம்பி சொன்ன உழுதும்மல் கிட்டனின் கதைதான் அந்த ஊரில் அப்போது பிரபலமாக இருந்தது. அந்தக் காலத்தில் ஈழவர்கள் பசுவை வளர்க்கலாம். ஆனால் பால் கறக்க உரிமையில்லை. அப்படியாக ஒருநாள் கிட்டனின் பக்கத்து வீட்டில் பசு கன்றுபோட்டது. மாட்டைக் கறந்து பாலை எடுக்கச் சொன்னான் கிட்டன். இதைத் தெரிந்து கொண்ட ஒரு நாயர் பிரமாணி பத்திருபது அடியாட்களுடன் மாட்டுச் சொந்தக்காரன் வீட்டுக்குப் போனார். மாட்டுக்காரன் பிராண பயத்தால் கிட்டனின் வீட்டில் அடைக்கலம் புகுந்துகொண்டான். அங்கே போன நாயர் பிரமாணி எதற்கும் துணிந்த பத்து நூறு ஈழவ இளைஞர்கள் நிற்பதைப் பார்த்தார். அதைப் பார்த்த பிரமாணியும் ஆட்களும் அந்த இடத்தை விட்டு நகர்ந்தார்கள். இதற்குப் பிறகு ஈழவர்கள் தங்கள் பசுக்களின் பாலை உபயோகிக்கத் தொடங்கினார்கள். இந்தக் கதையைச் சொல்லும்போது நீலம்பியின் உடலில் உண்டாகும் சைகைகளும் குரலில் ஏற்படும் மாற்றமும் கேட்பவர்களை ஆச்சரியப்படுத்தும். கதையில் மூழ்கிப் போன சில இளைஞர்கள் நாயர் பிரமாணிகளுடன் கலகம் செய்யப் போனதும் பெரும் பிரச்சினைகளுக்குள்ளானது. அதனால் நீலம்பி ஊர்சுற்றிவிட்டு வரும்போது கதை கேட்க இனிமேல் பிள்ளைகளை அனுப்பக்கூடாது என்று சில பெற்றோர்கள் ரகசியமாகத் தீர்மானமும் செய்திருந்தார்கள்.

இந்தக் காலத்தில் நாகர்கோவிலிலிருந்து ஒரு சித்தர் சிறையின்கீழுக்கு வந்து கொஞ்ச நாட்கள் காளியம்மையின் வீட்டில் தங்கியிருந்தார். இந்தச் சித்தரிடமிருந்துதான் காளியம்மை விஷவைத்தியமும் மர்ம சாஸ்திரமும் கற்றுக்கொண்டாள். நம்பூதிரிகள், நாயர்கள் முன்னால் தெரியாமல் போய்விட்டால் உண்டாகும் கெடுதிகளை மாற்ற இந்தச் சித்தரிடமிருந்து கற்றுக்கொண்ட மர்ம சிகிச்சை காளியம்மைக்கு உதவியாக இருந்தது.

ஒருசமயம் குடும்மன் என்ற இளைஞன் நாயர்களிடம் அடிவாங்கி விலா எலும்பு நொறுங்கி காளியம்மையின் வீட்டில் சிகிச்சையிலிருந்தான். மேல் சாதிக்காரர்களிடமிருந்து அனுபவிக்க நேரும் கொடூரங்களைத் தினமும் கணக்குப் பார்த்துச் சொன்ன காளியம்மை தற்காப்புக்காகக் குடும்மனுக்குச் சில மர்மப் பிரயோகங்களைக் கற்றுக் கொடுத்தாள். சிகிச்சையில் தேறிய அந்த இளைஞன் தன்னைக் கொடுமைப்படுத்திய நாயர் பிரமாணியிடம் தான் கற்றுக்கொண்டிருந்த வித்தையைப் பிரயோகித்தான். பிரமாணி வருடக்கணக்காகப் படுக்கையில் கிடந்தார். இது தெரிந்த காளியம்மை பிறகு ஒருபோதும் யாருக்கும் எந்த வித்தையையும் கற்றுக்கொடுக்கவில்லை. இந்தத் தேவையைச் சொல்லி வருகிறவர்களிடம் காளியம்மை ஒரு தமிழ்ப் பாட்டைச் சொல்லுவாள். பலரும் அதன் அர்த்தம் தெரியாமல் சொல்லிக்கொண்டு திரிவதும் வழக்கமாக இருந்தது.

பாரப்பா படுமர்மம் பன்னிரண்டும்
பாங்கான தொடுமர்மம் தொண்ணூற்றாறும்
வேறப்பா மெய்தீண்டாக் காலமென்று
வெற்றி என்ற பச்சிலையும் விளக்கேலாது
பச்சிலையை அறியாத மனித ரெல்லாம்
படைக்காகக் கச்சைகட்டிப் பாழ்செய்வார்
இச்சை பெற்ற ஆசானால் பேரும் பெற்ற
இருதத்தில் என்னைப்போலாருண் டென்று
அச்சுதனும் அரனும் அயனும் அறியா மூடா
அகஸ்தியனில் அறிந்தறுத்த வெற்றிமூலி
கேளடா மனதினிலே அடக்கம் வேணும்
கெடுதான கோபமெல்லாம் தொலைக்கவேணும்
தாமடா தர்மசிந்தை தயவு வேணும்
தயவான் உயிர்கள் தன்னைக் காக்க வேணும்

ஒருநாள் நீலம்பி ஊர்சுற்றித் திரும்பிய தகவல் காற்றைவிட வேகமாகப் பரவியது. இந்தத் தடவை நீலம்பி சொல்லப் போகிற கதை என்னவோ என்று பலரும் காத்திருந்தார்கள். வெள்ளைக்காரனின் வில்வண்டியைப் பார்த்தது, பத்மனாபபுரத்தில் பப்படம் காய்ச்சும் வாசனை வழி முழுக்கப் பரவுவது, மாஹியிலும் தலைசேரியிலுமிருக்கிற பெண்கள் அழகிகளாக இருப்பதற்கான காரணம் வெள்ளைக்காரனின் விந்து குணம் போன்ற கதைகளைப் பலமுறை கேட்டிருந்தாலும் இன்னொரு தடவை கேட்க விரும்பியவர்களும் அந்தக் கூட்டத்தில் குறைவில்லாமல் இருந்தார்கள்.

ஆனால், நீலம்பிக்குச் சொல்ல இருந்தவை உறவினரும் காளியம்மையின் கணவருமான நாராயணனின் விசேஷ நடவடிக்கைகள்தான். அருவிப்புறத்தில் நாராயணன் ஒரு சிவனைப் பிரதிஷ்டை செய்திருக்கிறார். கேட்டவர்களெல்லாம்

ஆச்சரியப்பட்டார்கள். நாராயணன் செய்தவற்றையெல்லாம் தான் நேராகவே பார்த்ததுபோல நீலம்பி விவரித்தான். ஆற்றிலிருந்து வெறும் கல்லை எடுத்து வந்த நாணு நீண்ட நேரம் கண்மூடி நின்றார். விடியற்காலை மூன்று மணியானதும் அந்தக் கல்லை அங்கே பிரதிஷ்டை செய்தார். தான் சிவனைப் பிரதிஷ்டை செய்திருப்பதாகவும் சொன்னார். பொதுவாக நீலம்பியின் கதைகளை நம்பும் அவர்களுக்கு இது அவ்வளவு நம்பக்கூடியதாகத் தோன்றவில்லை. சிலர் அவநம்பிகைக்கையுடன் நெற்றியைச் சுருக்கினார்கள். நம்பிக்கை வரவில்லையா என்று நீலம்பி காளியம்மையிடம் கேட்டபோது நம்புகிறேன் என்று பதில் சொன்ன அவர் சின்னச் சிரிப்புடன் சிவன் மட்டும்தானா? பார்வதியில்லையா? என்று கேட்டாராம்.

நீலம்பி சொன்ன அருவிப்புறம் கதை ஊருக்குள் வேகமாகப் பரவியது. ஆண் பெண் வித்தியாசமில்லாமல் மக்கள் அருவிப்புறத்துக்குப் போனார்கள். இதற்கிடையில் குருவின் கீர்த்தி நாடெல்லாம் பரவியது. மருத்துவாமலையில் தவம் செய்த காலத்தில் அவருக்கு நேர்ந்த விசேஷ அனுபவங்களை மக்கள் சொல்லிக்கொண்டு நடந்தார்கள். குருவைப் பார்த்துவிட்டு வந்த சிலர் பிறகு காளியம்மையைப் பார்க்க வராமற் போனார்கள். வழியில் எங்காவது பார்த்தாலும் தூரத்திலேயே விலகிப் போனார்கள். குரு புறக்கணித்த பெண்ணுக்கு அருகில் போனால் சாபம் கிடைக்கும் என்று பயந்து அந்த அப்பாவிகள் இந்த இடைவெளியை ஏற்படுத்திக்கொண்டார்கள். குருவின் கையிலிருந்து பழமும் சர்க்கரையும் வாங்கி உண்டவர்கள் பிறகு மீன் மாமிசங்களைக் கைவிட்டார்கள். அருவிப்புறத்துக்குப் போய்வந்த குறஞ்சியும் குருவைப் பற்றிக் கதைகள் சொன்னாள். அதிசயம் நிரம்பிய அந்தக் கதைகளைக் கேட்டு அலுத்துப் போன காளியம்மை அவர் அங்கே பிரதிஷ்டை செய்த சிவன் எது தெரியுமா என்று குறிஞ்சியிடம் கேட்டார். அவளுடைய பதில் தெரியாது என்பதுதான். அங்கே பிரதிஷ்டை செய்திருப்பது ஈழவ சிவன். அதைத்தான் தெரிந்து கொள்ளவேண்டுமென்றும் பதில் சொன்னார். சொல்லிவிட்டு இனி அருவிப்புறத்துக்குப் போகும்போது சொல்ல வேண்டும் என்றும் அங்கே நடுவதற்காக ஒரு கூவளம் செடியைக் கொடுத்து அனுப்புவதாகவும் சொன்னார்.

இதற்கிடையில் தலைசேரியிலிருந்து வெள்ளைக்காரன் அனுப்பிவைத்த ஒரு ஆள் வந்து நீலம்பியை மலபாருக்குக் கூட்டிப்போன கதையும் செய்தியானது. நல்ல நெல்லின்கள்ளு வடிப்பதில் நீலம்பிக்குக் கைப்பக்குவம் இருப்பதைத் தெரிந்துகொண்டிருந்த வெள்ளைக்காரன் தன் நண்பரின் மகள் திருமண விருந்துக்காகவே நீலம்பியை அழைத்துப் போனார்.

தலைசேரியிலிருந்து திரும்பிய நீலம்பியுடன் அந்த மணப் பெண்ணும் இருந்தாள். அப்படியாகக் கதை சொல்லும் நீலம்பி நம்பமுடியாத கதையாக மாறினான் (இதன் விவரங்களுக்குள் நுழைவதில்லை.)

இனி ஊர் சுற்றித் திரியக்கூடாது என்றும் சகோதரியான தனக்குண்டான அனுபவத்தில் மனம் நொந்த நபர் என்ற நிலையில் இனிமேல் இது சொந்த வாழ்க்கையில் உண்டாகக்கூடாது என்றும் அன்பாக எச்சரிக்கவும் காளியம்மை மறக்கவில்லை. இந்த உபதேசம் தான் நீலம்பியின் குடும்ப வாழ்க்கைக்குக் கட்டுப்பாட்டையும் ஆனந்தத்தையும் கொடுக்க உதவியது.

'இந்துலேகா' 'மார்த்தாண்ட வர்மா' போன்ற இலக்கியங்களைப் வாசித்திருப்பவளும் சம்ஸ்கிருதத்தில் நல்ல தேர்ச்சியுள்ளவளுமான குட்டிமாளுவை (நீலம்பியின் மனைவி) மகளைப் போலவே பார்த்துக் கொண்டார் காளியம்மை. உருவாச்சேரி குருநாதர்களிடமும், பூனத்தூர் ராமன் குருக்கள், மாடாயி மந்தன் குருக்கள், கக்குழி குஞ்ஞாப்பு குருக்கள் போன்றவர்களின் பள்ளிக்கூடங்களில் படித்தவள். செல்வமுள்ள ஒரு தீய்யக் குடும்பத்தில் குட்டிமாளு பிறந்தாள். காராயி கிருஷ்ண குருக்களின் குசேல கிருஷ்ணனீய யமகாவியம், ஆதித்யஸ்தவம் எல்லாம் குட்டிமாளுவுக்கு மனப்பாடம். குட்டிமாளு படித்த கவிதைகளைக் கேட்கவும் கையில் போட்டிருக்கும் ராமாயண சித்திர வேலைப்பாடுள்ள வளையல்களைப் பார்க்கவும் பக்கத்து வீடுகளிலிருந்து பெண்கள் வருவார்கள். திருவிதாங்கோடு ஈழவர்களின் அடிமைத்தனம் நிறைந்த வாழ்க்கையும் துன்பங்களும் குட்டிமாளுவைப் பொறுத்த அளவில் புதிய தகவலும் அனுபவமுமாக இருந்தன. குருவின் கீர்த்தி அன்று மலபாரில் அவ்வளவாகப் பரவி இருக்கவில்லை. ஆனால் காளியம்மை மூலம் ஈழவர்கள் மத்தியில் நடக்கும் சீர்திருத்தங்களைக் குட்டிமாளுவால் தெரிந்துகொள்ள முடிந்தது.

அருவிப்புறத்தில் நடந்த யோகத்தின் முதலாவது மாநாட்டில் டாக்டர் பல்புவின் வயதான தாயார் தலைமை தாங்கிய மகளிர் பிரிவின் செயல்பாட்டின் தொடக்க விழாவில் குட்டிமாளுவும் பங்கேற்றிருந்தாள். அன்று முதன் முதலாக குருவையும் குமாரன் ஆசானையும் தோட்டத்தில் சங்கு வைத்தியரையும் தொடியில் பப்புக்குட்டி ரெட்டியாரையும் குட்டிமாளு பார்த்தாள். அறிமுகப் படுத்திக்கொண்டாள்.

அருவிப்புறத்திலிருந்து திரும்பி வரும்போது குட்டிமாளு மீன் மாமிசம் சாப்பிடுவதை விட்டிருந்தாள். வாவூட்டு யோகம் ஈழவர்களை நல்லவிதமாகச் சாப்பிடுவதற்கும் கற்றுக்கொடுத்தது

என்று குட்டிமாளு சொன்னாள். ஆனால் மாமிசம் மீனை விடத் தயாரில்லை என்றார் காளியம்மை. குருவின் உபதேசப்படி ஈழவர்களின் கல்யாண விருந்திலிருந்து தேங்காய் வறுத்து அரைத்த மீன் புளிக்குழம்பு தவிர்க்கப்பட்டது. மீனும் மாமிசமும் சரீரத்துக்குத் தேவையானவை என்று காளியம்மை திடமாக நம்பியதால் தன்னுடைய முடிவை மாற்றிக்கொள்ளத் தயாராக இல்லை. ஆயுள், உற்சாகம், பலம், ஆரோக்கியம், சந்தோஷம், திருப்தியைத் தருகிற எந்த ஆகாரமும் உகந்ததுதான் என்றும் காளியம்மை சொன்னார்.

நீலம்பிக்கும் குட்டிமாளுவுக்கும் பிறந்த ஒரே வாரிசுக்கு நாராயணன் என்று பெயர் சூட்டவேண்டுமென்பது காளியம்மையின் நிர்ப்பந்தமாக இருந்தது. குழந்தைகளிடம் அதிக வாத்சல்யம் காட்டிய காளியம்மைக்கு நாராயணன் என்றால் உயிர். குழந்தைக்கும் பெற்ற தாயைவிட வளர்த்த தாயிடம்தான் அதிகப் பிரியம். நாராயணன் பெரியவனாகும் போது கற்றுக்கொடுப்பதற்காகத் தான் கற்றுவைத்திருந்த சாஸ்திரங்களையெல்லாம் காளியம்மை குட்டிமாளுவுக்குக் கற்றுக்கொடுத்தார். குருதேவன் இயற்றிய தோத்திர கிருதிகளை நித்திய பாராயணம் செய்வது அந்த வீட்டில் வழக்கமாக இருந்தது. பக்கத்திலிருப்பவர்களையும் தினமும் மாலைநேரத்தில் அழைத்து உட்காரவைத்து இந்த தோத்திரங்களைக் கற்றுக்கொடுக்க வேண்டுமென்றும் அப்படி இதெல்லாம் எதிர்காலத்துக்கான வழியாகும் என்றும் காளியம்மை சொல்லியிருந்தபடி குட்டிமாளு அந்தக் காரியத்தை மகிழ்ச்சியுடன் செய்து வந்தாள்.

ஒருநாள் சாயங்காலம் குட்டிமாளு புதிதாகக் கற்றுக்கொண் டிருந்த குருவின் ‘காளிநாடகம்’ என்ற வாழ்த்துப் பாடலைச் சொல்லிக்கொண்டிருப்பதையும் அதன் பொருளைச் சொல்லிக் கொடுத்துக்கொண்டிருப்பதையும் கவனித்துக்கொண்டு நாராயணனை மடியில் கிடத்தி வீட்டுக்குள்ளே உட்கார்ந்திருந்தார் காளியம்மை. அவ்வளவு சுலபமாக சொல்லக்கூடியதல்ல அந்த தோத்திரம். ஆனாலும் குட்டிமாளு ஒவ்வொரு வரியையும் திரும்பத் திரும்பச் சொல்லிக்கொண்டிருந்தாள்.

‘பிடிக்குள் அடக்கிக்கிடக்கும் வயிற்றின் அடியில் அழகிய பூமணிப் பட்டுடுத்து அம் முடிச்சில் கச்சைப்புறம் வைத்திறுக்கிக் கிடக்கும் அவ்வண்டிக்குடத்திலிருந்தூர்ந்த தொடைக்காம்பை தும்பிக்கை வணங்கும். அனங்கனின் அம்பறாத் தூணியோடு போட்டியிட்டு வென்ற பொன்னான கணுக்கால், கச்சபம் தோற்று தபசுக்குப்போகும் பாதத்தின் பேரழகு. கணுக்காலின் அடியோ தாமரைப்போல் களிக்கின்றார் பூந்தேன் நுகர்ந்து ஆனந்தமாய் விளங்கும் தேவாங்கனைகளின் கானமேளம்’.

குட்டிமாளு இந்த வரிகளின் பாவத்தையும் அர்த்தத்தையும் இப்படி விவரித்தாள்.

கைப்பிடிக்குள் அடங்காத வில்போன்ற வயிற்றுக்குக் கீழே, மனோகரமானதும் பூவைப் போல மென்மையானதுமான ரத்தின நிறமுள்ள பட்டுடுத்தும் அந்தப் பட்டாடை இணையும் முடிச்சை கச்சைப்புறமென்ற ஆபரணத்தால் மேலும் இறுக்கியவளுமாக தேவி விளங்குகிறாள். இடையின் பின்பாகமான காமரதச் சக்கரத்தின் குடத்திலிருந்து ஊர்ந்து இறங்குவதுபோல் காணப்படும் தேவியின் தொடைகளைக் கண்டால் யானையின் தும்பிக்கை அழகு கூட நாணம்கொள்ளும். மன்மதனின் அம்பறாத் தூணியுடன் போட்டியிட்டு வெல்லும் மனோகரமான கணுக்கால் பகுதி. பந்தயத்தில் தோல்வியடைந்த ஆமை நீரூக்கடியில் தவமிருப்பதான பாதங்களின் புறவடிவழகு. காலின் உட்பாகமென்னும் தாமரைப் பூவை அசைத்து நடனமாடுபவரும் அதன் அழகென்னும் பூந்தேன் அருந்தி ஆனந்தத்தில் மூழ்குபவருமான தேவகன்னியராம் வண்டுகளின் சங்கீத ஒத்திசைவு. இவையெல்லாம் தேவியின் மகத்துவத்தைக் கூட்டுகிறது.

எந்தக் காலத்தில் குரு இதை இயற்றினாரென்று யாருக்கும் தெரியாதென்றும் பலமுறை வாசித்தால் மட்டுமே மனதில் பதியுமென்றும் குட்டிமாளு சொல்லிக்கொண்டிருக்கும்போது வீட்டுக்குள்ளேயிருந்து இனிமையான குரலில் காளி நாடகத்தின் அடுத்த வரிகளை யாரோ பாடுவதைக் குட்டிமாளுவும் மற்றவர்களும் கேட்க நேர்ந்தது. ஆச்சரியப்பட்டு அவர்கள் வீட்டுக்குள்ளே நுழைந்ததும் அந்தக் குரல் நின்றது. அங்கே தரையில் படுத்துக்கிடக்கும் காளியம்மையைத்தான் குட்டிமாளு பார்த்தாள். மேல் துண்டு மூடாத மார்புடன் ஒட்டிக்கொண்டு நாராயணனும் படுத்திருந்தான்.

அது

"இன்னும் கொஞ்சம் இருட்டாகட்டும்" என்றேன்.

மனைவி என்னை முறைத்துப் பார்த்தாள். நான் அதைக் கவனிக்காததுபோல வெளியே பார்த்துக்கொண்டிருந்தேன்.

"சனியன், மறுபடியும் கத்துகிறது" என்று உரக்கச் சொன்னாள் மனைவி. நான் அதைக் கேட்காததுபோல வேறு எதையோ கவனித்துக் கொண்டிருந்தேன்.

"அது கூண்டை உடைத்துக்கொண்டு வெளியே குதித்துவிடும்" கோபத்துடன் முணுமுணுத்தாள். நான் எதுவும் பேசவில்லை.

என்னால் அதன் கத்தலைக் கேட்க முடிந்தது. அந்தச் சின்னக் கூண்டுக்குள் அகப்பட்டு அது புரள்வதையும் நெளிவதையும் பார்க்க முடிந்தது.

மனைவி பொழுதை விரட்டிக்கொண்டிருந்தாள். பொழுதும் ஓடிப்போய்க்கொண்டிருந்தது.

"மணி பத்தாயிடுச்சு" கடிகாரத்தின் முள் பத்தை எட்டுவதற்கு முன்பே மனைவி பொய் சொன்னாள்.

நான் நாற்காலியிலிருந்து எழுந்துபோய் அந்தச் சின்னக் கூண்டை எடுத்துக்கொண்டேன்.

"இந்தத் தடவை தூரமாக எங்காவது கொண்டுபோய் விட்டுட்டு வரணும். போன தடவை மாதிரி திரும்பி இங்க வந்துவிடக் கூடாது" என்றாள் மனைவி.

உண்ணி. ஆர்

நான் தலையாட்டினேன்.

என்னுடைய கையிலிருக்கும் கூண்டை உடைத்துக்கொண்டு அது ஓடிப்போனால் என்ன செய்வது என்று யோசித்து ஒரு நிமிடம் நின்றேன்.

"சும்மா நிற்காமல் போறீங்களா?"

நான் திரும்பிப் பார்க்கவில்லை. கதவு பெரும் சத்தத்துடன் எனக்குப் பின்னால் அடைத்துக்கொண்டது.

இடது பக்கமாகப் போவதா வலது பக்கமாகப் போவதா? நான் சந்தேகப்பட்டேன். போன தடவை வலது பக்கமாகப் போயிருந்தேன். சந்தைக்குப் பின்னால் குப்பை கொட்டும் இடத்தில்தான் விட்டுவிட்டு வந்தேன். தீனிக்குப் பஞ்சம் வராது. பார்க்க அழகாக இருப்பதால் யாராவது எடுத்துக்கொண்டு போவார்கள். இல்லையென்றால் வீடோ உரிமையாளர்களோ இல்லாமல் திரிகிற கூட்டாளிகள் கிடைப்பார்கள். ஆனால், இரண்டு நாட்கள் கழிந்ததும் சமையலறைக்கு வெளியே இருந்து சின்னக் கத்தல் கேட்டது. நான் ஓடிப்போய்ப் பார்த்தேன். கதவுடன் ஒண்டிக்கொண்டு நிற்கிறது. என்னை தீனமாகப் பார்த்தது. எனக்கு வருத்தமாக இருந்தது. அதை வெளியே காட்டிக் கொள்ளாமல் கறாராகக் கேட்டேன்: 'உனக்கு எப்படி வழி தெரிஞ்சுது?'

அந்தத் தீனமான நிலைமையிலும் அதெல்லாம் எனக்குத் தெரியும் என்பதாக அது சிரித்தது.

நான் சோறும் மீனும் கொடுத்தேன். ஒற்றையிருப்பில் முழுவதையும் தின்றது. ஒரு பருக்கைகூட மிச்சம் வைக்கவில்லை. இடையில் தலையைத் தூக்கி என்னைப் பார்க்கக்கூட இல்லை.

நான் அதைப் பார்த்தேன். இரண்டு நாட்களிலிலேயே மெலிந்து போயிருந்தது.

நாங்கள் இரண்டுபேரும் சேர்ந்திருப்பதைப் பார்த்துக் கொண்டுதான் மனைவி வந்தாள். இந்தச் சவம் திரும்பி வந்துவிட்டதா என்று கேட்டுக்கொண்டே ஒரே உதை. மனிதனுக்கான சாமர்த்தியம் கொஞ்சம் இருப்பதால் நான் உதையிலிருந்து தப்பினேன். இல்லையென்றால் நானும் உதைபட வேண்டியிருந்திருக்கும்.

முற்றத்தில் கிடந்து அது ஆகாயத்தைப் பார்த்துக் கதறியது.

"தெய்வதோஷம் கிடைக்கும்" என்றேன்.

“நான் சகித்துக்கொள்கிறேன்” என்னைக் கோபமாகப் பார்த்தபடியே சொன்னாள் மனைவி.

நான் வாசலுக்கு இறங்கிப் போகவில்லை. அது நடந்து தென்னை மரத்தடியில் போய்ப் படுத்துக்கொண்டது. என்னுடைய அறை ஜன்னல் வழியாகப் பார்த்தேன். பாவம், கண்ணை மூடிக் கிடந்தது அது.

“இனி அதை வீட்டுக்குள்ளே விட்டால் கொன்றே போடுவேன்”

நான் தலையாட்டினேன்.

“இனி வீட்டுக்குள்ளே வராதே. என்னையா உன்னையா என்று தெரியவில்லை, கொன்றுபோடுவதாகச் சொல்லியிருக்கிறாள்” என்றேன்.

வீட்டுக்குள் நுழையாமல் திண்ணையிலேயே கிடந்தது.

மனைவியில்லாமலிருந்த இன்று காலை பத்திரிகை படித்துக்கொண்டிருந்தபோது கதவில் யாரோ சுரண்டுவதைக் கேட்டேன். பத்திரிகையைத் தாழ்த்திப் பார்த்தபோது அங்கே கதவருகில் மறைந்து நின்றுகொண்டிருக்கிறது. உள்ளே வரச் சொன்னேன். தயங்கித் தயங்கி உள்ளே வந்தது. என்னுடைய காலோடு ஒண்டி நின்று உடம்பை உரசியது. நான் சத்தம் போட்டுப் பத்திரிகையைப் படித்தேன். எல்லாவற்றையும் கேட்டுக்கொண்டிருக்கிறேன் என்பதுபோல இடையிடையே கத்தியும் முனகியும் முடிந்தவரைக்கும் என் கால்களுக்கிடையே ஒட்டிப் படுத்துக்கொண்டும் அயர்ந்தது. நானும் அயர்ந்தேன்.

பெரிய கத்தலைக் கேட்டுத்தான் விழித்தேன். அறையின் மூலையிலிருந்த கூண்டைச் சுட்டிக்காட்டிக்கொண்டு எச்சரிக்கை போல மனைவி சொன்னாள்: “இன்னைக்கு ராத்திரிக்குள்ளே எங்கேயாவது கொண்டுபோய்த் தொலைச்சுட்டு வரணும்.”

நான் இடது பக்கமாக நடந்தேன். ஆள் நடமாட்டம் பெரிதாக இல்லாத வழி. இடையில் வானத்திலிருந்து ஒரு நட்சத்திரம் பார்த்துக்கொண்டிருந்தது. அல்லது எனக்கு அப்படித் தோன்றுகிறதா? கையில் டார்ச் இல்லை. வழியில் சில இடங்களில் வெளிச்சமிருக்கிறது. அதுவும் ஆஸ்துமா நோயாளிகளைப்போல இடையிடையே வெளிச்சத்தை உள்ளிழுத்துக்கொண்டுதான் எரிந்தது.

என்னை மன்னித்துவிடு. நான் மனதுக்குள்ளாகச் சொல்லிக் கொண்டேன். அது கத்தியது. பரவாயில்லை என்று அது என்னிடம்

சொல்வதாகச் சமாதானப் படுத்திக்கொண்டேன். இனி நீ திரும்ப வருவாயா என்று கேட்கத் தோன்றியது. ஆனால், கேட்கவில்லை. அதற்கும் என்னை உண்மையாகவே கொண்டுபோய் விடப் போகிறாயா என்று கேட்கத் தோன்றியிருக்கும். நாங்கள் இரண்டுபேரும் எதுவும் பேசவில்லை.

கொஞ்ச தூரம் நடந்து முடித்த பிறகுதான் வெளிச்சமே இல்லாத வழியில் நான் நடந்துகொண்டிருக்கிறேன் என்பது புரிந்தது. எனக்குப் பயமாக இருந்தது. அப்போது அது கத்தியது. பயப்படாதே என்று சொன்னதாக இருக்கலாம். நான் மறுபடியும் சமாதானப்படுத்திக் கொண்டேன்.

"இது எங்கே போறீங்க. இந்த ராத்திரியிலே?" ஒரு பெண்குரல்.

நான் பயந்துபோய் நின்றேன்.

"பயப்பட வேண்டாம்" என்றது அந்தக் குரல்.

அது பெண்குரல் இல்லையென்று அப்போதுதான் எனக்குப் புரிந்தது.

"என்னை ஒண்ணும் பண்ணாதே" என்று பயத்தோடு சொன்னேன். அப்போது மணி குலுங்குகிற சத்தத்தில் அவன் சிரித்தான்.

"உங்களை எதாவது பண்ண நான் என்ன போலீசா?"

எனக்குக் கொஞ்சம் நிம்மதியாக இருந்தது. என்ன செய்வது என்று தெரியாமல் இருட்டிலேயே நின்றேன்.

"நடக்கலாமே" என்றான் அவன். நான் தலையாட்டினேன். இருட்டாக இருந்ததால் அவன் அதைப் பார்க்கவில்லை.

நாங்கள் நடந்தோம். இடையில் தூங்கிவிட்டிருந்த ஒரு தெரு விளக்கு சட்டென்று விழித்துப் பார்ப்பதுபோல எங்கள் மேல் பிரகாசித்தது.

நாங்கள் நேருக்கு நேராகப் பார்த்தோம். மீசையில்லாத, உதட்டில் சின்ன வெட்கத்தை ஒளித்துவைத்திருக்கும் வெளுத்து மெலிந்த பையன். நான் சிரிக்க முயற்சி செய்தேன். ஆனால், அவன் வெட்கப்பட்டுக்கொண்டு முகத்தைக் கவிழ்த்துக்கொண்டான்.

"இதென்ன கையில்?" என்று கேட்டான்.

"பூனை" என்றேன்.

முகத்தை நிமிர்த்தாமலேயே கேட்டான்: "இதையும் தூக்கிட்டு எங்கே போறீங்க?"

"விரட்டி விடறதுக்கு."

அவன் முகத்தை நிமிர்த்தினான். அவனுடைய கண்களைப் பார்ப்பதற்குப் பயந்து நான் தலை குனிந்தேன். எனக்கு அப்படித் தலைகுனியவேண்டிய அவசியமில்லை. ஆனால் அப்படிச் செய்யத்தான் தோன்றியது.

"எங்கே கொண்டுபோய் விடுவீங்க?"

"எனக்குத் தெரியவில்லை" என்றேன். அப்போது அது கத்தியது.

"பாவம், பூனை" என்றான் அவன்.

"ஆமாம், பாவம்" என்றேன் நானும்.

நாங்கள் இரண்டு பேரும் சிறிது நேரம் பேசாமல் நின்றோம். தூரத்திலிருந்து ஒரு வண்டியின் வெளிச்சம் வருவதைப் பார்த்து அவன் சட்டென்று என்னையும் இழுத்துக்கொண்டு ஒரு மரத்துக்குப் பின்னால் மறைந்து நின்றான்.

"போலீசாக்கும்" என்று என் காதில் சொன்னான்.

"அதற்கென்ன?" என்றேன் நான்.

அவன் எதுவும் சொல்லவில்லை. ஆனால் அப்போது அவனுடைய மூச்சு என் முகத்தில் பட்டது. என் கையிலிருந்த பூனை கத்தியது.

"போலீசுக்குக் கேட்குமா?" என்று கேட்டேன். "ஒருவேளை..."

அந்த வாக்கியத்தை முடிப்பதற்குள் அவன் என் வாயைப் பொத்தினான். அவனுடைய விரலில் பவுடரின் வாசனை இருந்தது. என் உதடுகளுக்கு நெருக்கமாக இருந்த அந்த விரல்கள் ஒரு பூனைக்குட்டியின் உடல்போல மென்மையாக இருந்தன.

ஜீப் தாண்டிப்போனதும் அவன் கையை எடுத்தான். நான் அவனைப் பார்த்தேன். அவன் என்னைப் பார்த்தான். நாங்கள் சிரித்தோம்.

என்னுடைய கையிலிருந்த கூண்டை வாங்கித் திறந்தான். சோர்வுடன் அது வெளியே பார்த்தது. என்னைப் பார்த்தது. ஆகாயத்திலிருந்த நட்சத்திரத்தைப் பார்த்தது. பரிச்சயமான முகத்துடன் அவனையும் பார்த்தது. பிறகு நேசத்துடன் கத்தியது. அவன் அதை வருடினான்.

"என் மனைவிக்குப் பூனைகளைப் பிடிக்காது" என்று குற்றவுணர்வுடன் சொன்னேன்.

●

"உங்களுக்கு . . ." என்று கேட்டான் அவன். நான் தலையாட்டினேன். அப்போது அவன் கண்களை நான் பார்த்தேன். சின்ன பூனைக்குட்டியுடையதைப் போன்ற குறும்பான கண்களில் சிரிப்பு வந்துகொண்டிருந்தது.

"இதோட பேரென்ன?" என்று கேட்டான்.

"பேரில்லை" என்றேன்.

"நான் இதை எடுத்துக்கட்டுமா?" அதை அணைத்துக்கொண்டு கேட்டான் அவன்.

நான் கண்களால் சரியென்றேன்.

"பேரென்ன?" என்று கேட்டான்.

"சந்திரன்" என்றேன்.

அவன் பூனையை முத்தமிட்டுவிட்டு என்னிடம் கேட்டான்: "நான் இதை சந்திரன் என்று கூப்பிடலாமா?"

எங்களுக்கிடையில் ஒரு மின்மினிப் பூச்சி பறந்து போனது.

ooo

முத்திரா ராக்ஷசம்

என் அப்பா ஒருநாள் திடீரென்று குழந்தை களைப்போல நடந்துகொள்ளத் தொடங்கினார். பட்டாளத்திலிருந்து ஓய்வு பெற்று வந்த பிறகு தன்னுடைய சிறிய அறைக்குள்ளேதான் முழு நேரத்தையும் கழித்து வந்திருந்தார். அப்பாவின் கனத்த சரீரமும் பெரிய மீசையும் சிவந்த கண்களும் அந்த அறைக்குள்ளேயிருந்த எண்ணிக்கையில்லாத பொருட்களுக்கு மத்தியில் இடையிடையே அசைவதையும் சிலசமயம் முழுவதும் உயிரிழந்து நிச்சலனமாக இருப்பதையும் ஜன்னல் சந்து வழியாக நான் பார்த்திருக்கிறேன். எப்போதாவது எல்லா மனிதர்களையும் ஆச்சரியப்படுத்திக்கொண்டு தன்னுடைய கண்டுபிடிப்புடன் அப்பா இந்த உலகத்துக்கு வருவார் என்று எதிர்பார்த்திருந்தேன். தனியாக இருக்கும் எல்லா மனிதர்களும் கடவுளுடன் முடிவடையாத கலகம் நடத்திக்கொண்டிருப்பார்கள் என்று நம்பிக்கொண்டிருந்தேன். என்றாவது ஒருநாள் கடவுளுக்கும் அப்பாவுக்கும் மத்தியில் இனிமேல் சக்கரங்கள் பின்னோக்கிச் சுழலும்போது வாகனங்கள் முன்னால் நகரட்டும் என்ற ஒப்பந்தம் இறுதியாக முடிவுசெய்யப்படும் நிமிடத்தைப் பற்றி நான் அம்மாவிடம் அபத்தமாகச் சொல்லவும் செய்திருந்தேன். அந்த ரகசியத்தின் பாரத்தால் அம்மா மேலும் பூமியை நோக்கிக் கூனிப்போனாள். ஆனால், இதோ அப்பா, குழந்தையைப் போல வீட்டைச் சுற்றி ஓடிக்கொண்டிருக்கிறார். கட்டிலுக்கு அடியிலிருந்து எடுத்த, முன்பு எப்போதோ தொலைந்துபோன ஒரு பழைய நாணயத்துடன்

துள்ளிக் குதித்து நடக்கிறார். பார்த்துக் கொண்டிருக்கும்போதே அப்பாவின் நிமிர்ந்த சரீரமும் மீசையும் கண்களும் மிகவும் அழகற்ற வஸ்துகளாக மாறிக்கொண்டிருந்தன.

அப்பா ஒரு தடவைகூட என்னுடன் பேசியதில்லை. அப்பா எப்போதும் சொற்களிடமிருந்து விலகியே இருந்தார். எங்களுக்கிடையில் பரிமாற்றத்தைச் சாத்தியமாக்கியவை சில முனகல்களும் விரல்களின் அசைவும்தான். சுண்டுவிரலைப் பிளந்துகொண்டு ஒரு 'அ'வையோ புருவத்தின் அரை வட்டத்திலிருந்து 'மகனே' என்ற அழைப்பையோ சிலசமயங்களில் நான் எதிர்பார்த்திருந்தேன். அப்போதெல்லாம் என்னை உள்ளூரக் கலங்கச் செய்யும்படி அப்பாவின் பார்வை மின்னலைப் பாய்ச்சியது. அப்பாவுக்குப் பார்வை ஓர் ஆயுதம். அப்பா அம்மாவைப் பார்க்கும்போதெல்லாம் ஒளிந்திருந்து அதைக் கவனித்திருக்கிறேன்.

பக்கத்து வீட்டுக் கோழிகள் வாசலில் தத்தி நடக்கும்போது அப்பா வராந்தாவுக்கு வந்து சும்மா நிற்பார். அப்பா அப்போது அவற்றைப் பார்க்க மட்டுமே செய்வார். கோழிகள் உடலுக்குள் குடையும் வலியைத் தாங்க முடியாமல் கொக்கரித்துக்கொண்டு ஓடிப்போகும். அப்பாவின் கணசிவப்பில் ஒவ்வொரு உயிரின் ரத்தமும் கலந்திருக்கிறதோ என்று நான் சந்தேகப்பட்டேன். ஆனால் திடீரென்று ஒருநாள் அப்பா வீட்டுக்குள்ளிருந்த சின்ன அறைக்குள் மறைந்தபோதும் எங்கள் மேல் மூடாத கண்ணிமைகளுக்கு நடுவில் பார்வை திறந்தே இருந்தது. இதோ இப்போது தூணுக்குப் பின்னால் மறைந்து நின்றுகொண்டு இடையிடையே முகத்தை மட்டும் காட்டி அப்பா சொல்கிறார். "எனக்கு ரயிலைப் பார்க்கணும்."

அப்பாவுடன் ஒரே ஒரு தடவை மட்டுமே வீட்டுக்கு வெளியே போயிருக்கிறேன். அன்றுதான் நான் முதல் முதலாகப் புகை வண்டியைப் பார்த்தேன். அசையாத உருக்குச் சதையால் இழுத்து முறுக்கேற்றப்பட்ட ஊரும் பிராணியைப் போல என்னுடைய கால் பாதங்களை நடுங்க வைத்துக்கொண்டு கடந்துபோன அந்த சத்தம்தான் புகைவண்டி என்று அப்பா சொல்லித்தரவில்லை. வெயில் ராவிவைத்திருந்த தண்டவாளத்தினூடே கர்வத்தின் பெரும் மேகம் பாயும்போது நான் கண்களை மூடிக்கொண்டேன்.

புகைவண்டி கடந்துபோகும் வயலுக்குப் பக்கத்தில் நடக்கும்போது இடையிடையே அப்பா எனக்கு முன்னால் ஓடினார். வழியில் கிடந்த தகர டப்பாவை பந்தைப்போலத் தூரமாக உதைத்துத் தள்ளினார். சரளைக் கற்களின் ஏற்ற இறக்கங்களுக்கு இடையில் வெறுக்கத்தகுந்த ஓசை எழுப்பிக்கொண்டு அது

புதர்களுக்குள் மறைந்தது. அப்பா அதன் பின்னாலேயே போனார். ஒவ்வொரு இலையையும் கவனமாக விலக்கி அந்தத் தகரத்தை மறுபடியும் சரளைக் கற்களை நோக்கி பலமாக எட்டி உதைத்தார். வழியில் போனவர்கள் அப்பாவை ஆச்சரியமாகப் பார்த்தார்கள். கடைகளிலிருந்தும் வீடுகளிலிருந்தும் எல்லாக் கண்களும் அப்பாவைப் பின் தொடர்ந்தன. பார்வையின் கேலிக்கு அப்பாவின் உடல் பிடிகொடுக்கவில்லை. அப்போது அவை என்னுடைய உடலை ஆக்கிரமித்தன. நான் அப்பாவின் பின்னால் போய்ச் சொன்னேன்: "ஆட்கள் பார்த்துக்கொண்டிருக்கிறார்கள்."

புகைவண்டி கடந்துபோகும் வயலுக்குக் கீழே காத்து நின்றபோது நான் அப்பாவைப் பார்த்தேன். புகை வண்டி தென்படும் வளைவில் அப்பாவின் கவனம் பதிந்திருந்தது. புல் அறுக்கப்போன பெண்களில் சிலர் தண்டவாளங்களுக்கு நடுவில் நின்று அப்பாவிடம் எதையோ கேட்டுக்கொண்டிருந்தார்கள். அவர்களுடைய முகங்கள் புல்லில் மறைந்திருந்தன. அப்பா பதில் எதுவும் சொல்லவில்லை. அப்பா இன்னொரு உலகத்தைச் சுற்றிக்கொண்டிருந்தார்.

வயல்வெளி வளைவிலிருந்து புகைவண்டி மெதுவாக மூச்சிறைத்துக்கொண்டு வந்தது. அப்பா இரண்டு கைகளையும் ஆட்டிக்கொண்டு துள்ளிக் குதித்தார். துள்ளிக் குதிக்கிற கிழவனை ஆபாசத்தைப் பார்த்ததுபோல எஞ்சின் டிரைவர் பார்த்திருக்க வேண்டும். அவனுடைய சிவப்புத் தலைப்பாகைக்குக் கீழே பாதி மூடிய கண்களிலும் உதட்டின் கோணிப்போன விளிம்பிலும் அது தெரிந்தது. பயணிகளில் பலரும் அப்பாவை ஆச்சரியத்துடன் பார்த்தார்கள். அப்பா ஒவ்வொரு பயணியையும் பார்த்துக் கையசைத்தார். ஒரு ஆள்கூட அப்பாவைப் பார்த்து நேசத்துடன் சிரிக்கவில்லை. புகைவண்டிச் சக்கரங்கள் தண்டவாளத்தில் விழச் செய்த அனலில் நின்றுகொண்டு அப்பா அதன் தூரப் பயணத்துக்கு மறுபடியும் மறுபடியும் தன்னுடைய மகிழ்ச்சியைத் தெரிவித்துக்கொண்டிருந்தார். புகைவண்டியின் பின்பகுதியில் பரஸ்பரம் வெட்டப்பட்ட இரண்டு கோடுகள் பெருக்கல் குறியா தவறின் அடையாளமா என்ற புதிரை மிச்சமாக்கிவிட்டு விலகிப்போயின.

நாளாக நாளாக வீட்டிலிருந்து ஒவ்வொரு பொருளாகக் காணாமற்போய்க்கொண்டிருந்தது. பரணிலிருந்தும் தோட்டத்திலிருந்தும் குளியறையிலிருந்தும் சிலவற்றைக் கண்டுபிடித்தோம். பலவும் என்றென்றைக்குமாகக் காணாமற் போயின. ஒவ்வொரு நாளும் ஏதாவது ஒரு பொருளையாவது அப்பா மறைத்துக்கொண்டிருந்தார். சிலவற்றைத் தூரமாக வீசியெறிந்திருந்தார். வேறு சிலவற்றை உடைத்து நொறுக்கியிருந்தார்.

நான் முதலில் அதைப் பொருட்டாக நினைக்கவில்லை. ஆனால் அப்பாவின் விளையாட்டுகள் வீட்டைச் சூனிய மாக்கிவிடும் என்ற பயம் வந்தபோது அப்பாவின் குறும்புகள் அத்துமீறிவிட்டன என்று அம்மாவிடம் கோடி காட்டினேன். அம்மாவுக்கு அது பிடிக்கவில்லை.

ஒருநாள் அப்பா கிணற்றுக்குள் எட்டிப்பார்த்துக்கொண்டு நிற்பதைப் பார்த்தேன். எனக்குப் பயமாக இருந்தது. அப்பா பக்கத்தில் நின்று நானும் கிணற்றை எட்டிப்பார்த்தேன். கிணற்றின் சுற்று வளையங்களை மூடுவதுபோல வளர்ந்திருந்த காட்டுக்குக் கீழே என் முகத்தையும் அப்பாவின் முகத்தையும் பார்த்தேன். திடீரென்று அப்பா எதையோ கிணற்றுக்குள் வீசியெறிந்தார். ஆழத்திலிருந்து மேலேறி வந்த முழக்கத்துடன் விரிந்த சிலந்தி வலை எங்களது நொறுங்கிய பிரதி பிம்பங்களை விழுங்கியது. மறுபடியும் கிணற்றுக்குள்ளே வீசுவதற்காக ஒரு பாத்திரத்துடன் வந்தபோது அப்பாவுக்கு நேராக முதன் முதலாக கையை நீட்டினேன். அப்போது அது வேண்டாம் என்ற வார்த்தையைக் குறிப்பிட்டது. ஒரு மிருகப் பயிற்சியாளனின் வலுவான மொழி என் சுட்டுவிரலுக்கு வசப்பட்ட போது நான் ஆனந்தமானேன்.

அப்பாவின் கண் சிவப்புக்குப் பின்னாலிருந்த இப்போது அழுதுவிடுவேன் என்ற பாவம் என் விரலை அதன் இடத்துக்குத் திருப்பவில்லை. அது அப்போதும் உற்றுப் பார்க்கும் கண்ணாகவோ ஒற்றைக்குழல் துப்பாக்கியாகவோ வளையாமல் நின்றது. சிறைக் கைதியின் முன்னால் நின்று சிரிக்கும் பட்டாளத்துக்காரனின் விறைத்த குறிபோல நான் அதை அப்பாவின் முகத்திலிருந்து மாற்றாமலிருந்தேன்.

அம்மாவின் கண் இரப்பைகளுக்கு அடியில் கனமான சங்கடம் நாள்தோறும் அதிகமாகிக்கொண்டிருந்தது. இடையில் அப்பா கட்டிலிலேயே மூத்திரம் பெய்தார். நடு வாசலில் வெளிக்கிருந்தார். அம்மா எதுவும் சொல்லாமல் சுத்தம் செய்தாள். எல்லா இரவுகளிலும் அம்மா கண்விழித்து அப்பாவின் கட்டிலையொட்டி உட்கார்ந்திருந்தாள்.

ஒருநாள் நடுவாசலுக்கு முன்னால் நின்று அப்பா மூத்திரம் பெய்யத் தொடங்கும்போது நான் கனமாக உறுமினேன். அப்பா திடுக்கிட்டுத் திரும்பி என்னைப் பார்த்தார். நான் அப்பாவையே முறைத்துப் பார்த்தேன். அப்பா பயந்துபோய் அறைக்குள்ளே நுழைந்தார். இன்னொரு தடவை அதே மாதிரி உறுமுவதற்காகச் செருமினேன். முடியவில்லை. தண்டிப்பவனின் மொழி எனக்கு வசமாகத் தொடங்கிவிட்டதைப் புரிந்துகொண்டேன். அன்றைக்கே உச்சி வேளையில் கையில் எதையோ மறைத்து

எடுத்துக்கொண்டுபோன அம்மாவிடம் அது என்னவென்று புருவத்தை உயர்த்திக் கேட்டேன். அப்பாவின் உடல் மொழியைத் தெரிந்திருந்த அம்மா தலைகுனிந்தாள். நான் மறுபடியும் கனமாக உறுமினேன். அம்மா கைகளை விரித்தாள். சேம்பு இலையில் வழித்தெடுத்த அப்பாவின் மலம் அதில் இருந்தது.

அந்த இரவு நான் அப்பாவின் அறைக்குப் போனேன். அம்மா களைத்துப்போய் தூங்கிக்கொண்டிருந்தாள். அப்பா தூங்கியிருக்கவில்லை.

நான் கண்களால் அப்பாவிடம் வெளியே வரச்சொன்னேன். அப்பா வந்தார். என்னைப் பின் தொடர்ந்து வந்தார் அப்பா.

வீட்டை விட்டு, குறுக்கு வழிகள் ஏறி இருட்டைப் பிளந்து தண்டவாளம் கடந்துபோகும் வயலுக்குப் பக்கத்தில் வந்ததும் நான் அப்பாவை ஏறிட்டுப் பார்த்தேன். தூக்கிலேற்றிக் கொல்வதற்கு முன் தீர்ப்புப்படி போர்த்தும் கறுப்புத் துணிபோல இருட்டு அப்பாவின் தலையை மூடியிருந்தது.

ooo

ஆலீசின் அற்புத உலகம்

தெரேசியாம்மாவும் ஜோசப்பும் தெய்வ விசுவாசிகளாக இருந்தார்கள். பாவப்பட்டவர்களாக இருந்தார்கள். அவர்களுக்குக் குழந்தைகள் இல்லாமலிருந்தது. மூன்று முறை தெரேசியாம்மாவின் கரு கலைந்து போனது. ஒவ்வொரு தடவை கருக்கலையும்போதும் தெரேசியாம்மாவின் உயிர் குறைந்து குறைந்து வந்தது. உடம்பு ஒரு சின்னக் கொடிபோல ஆனது. ஆர்த்துங்கலுக்கும் மர்த்தஸ்முனி தேவாலயத்துக்கும் ஜோசப் வேண்டிக் கொண்டான். இந்த முறை அறுவடை முடிந்து கிடைக்கும் மகசூல் முழுவதையும் குடமாளூர் தேவாலயத்துக்குக் கொடுத்துவிடுவதாக தெரேசியாம்மாவுக்குத் தெரியாமல் ஜோசப் நேர்ச்சை செய்துகொண்டிருந்தான். ஒரு குழந்தையைத் தந்தால் போதும் – ஜோசப் பிரார்த்தித்தான்.

தெரேசியாம்மா வாந்தியெடுத்தாள். இடை யிடையே அவளுக்குக் குமட்டியது. ஜோசப் சந்தோஷப்பட்டான். ஜோசப் பயந்தான். பயப்படும் போதெல்லாம் கண்களை மூடி கன்னி மேரியைப் பிரார்த்தனை செய்தான். மகசூலாகக் கிடைக்கிற நெல்லுடன் ஐம்பது ரூபாயை உண்டியலில் போடுவதாகச் சொல்லி நேர்ச்சையின் கனத்தை அதிகமாக்கினான்.

தெரேசியாம்மாவின் வயிறு கொஞ்சமாக வீங்கியது. இடையிடையே தெரேசியாம்மா கேட்பாள்: 'இதையும் கர்த்தர் எடுத்துக்கொண்டுவிடுவாரா?'

ஜோசப் சொல்வான்: 'நீ பயப்படாதே. இதைக் கடவுள் நமக்கே தந்துவிடுவார்.'

காற்றோ மழையோ இடியோ வால்நட்சத்திரமோ எதுவுமில்லாத ஒரு நள்ளிரவில் தெரேசியாம்மா பிரசிவித்தாள். மருத்துவச்சி கல்யாணி நஞ்சை அப்புறப்படுத்தி வாசலில் நீட்டித் துப்பிவிட்டுச் சொன்னாள்: 'குட்டிப் பெண்ணாக்கும்.'

இரண்டு

தெரேசியாம்மா கேட்டாள்: "குழந்தைக்கு என்ன பேரு வெக்கிறது?"

ஜோசப்பும் அதையே கேட்டான்: "குழந்தைக்கு என்ன பேரு வெக்கிறது?"

இரண்டு பேருக்கும் இடையில் இரண்டு கால்களையும் மேலே தூக்கிக்கொண்டும் விரல்களைச் சுருட்டிவைத்துச் சிரித்துக்கொண்டும் பெயரில்லாத மகள் படுத்து விளையாடினாள்.

தெரேசியாம்மா சொன்னாள்: "எங்க வலியம்மாவோட பேரை வெச்சா?"

ஜோசப் கேட்டான்: "உன் வலியம்மாவோட பேரென்ன?"

"கொச்சுபெண்ணு" என்றாள் தெரேசியாம்மா.

"அய்யே" என்று கேலிசெய்தான் ஜோசப்: "அது எழவுக்குக் குளிக்கிறவங்க பேரு. நாம் இப்ப சத்திய கிறிஸ்தவங்களாக்கும்."

"அப்படீன்னா நீங்க ஒரு பேரைச் சொல்லுங்க." தெரேசியாம்மாவுக்குக் கோபம் வந்தது.

ஜோசப் சொன்னான்: "ஆலீஸ்னு வெச்சா?"

"உம். இதெங்கேருந்து கெடைச்சுது?" தெரேசியாம்மா குறும்பாகக் கேட்டாள்.

"அதெல்லாம் கெடைச்சுது" ஜோசப் சிரித்துக்கொண்டே சொன்னான்.

தெரேசியாம்மா குழந்தையின் இரண்டு கைகளையும் பிடித்து மெல்லிய தாளத்தில் ஆட்டிக்கொண்டு அழைத்தாள்: "ஆலீஸ் கொச்சே, ஆலீசுக் கொச்சே..."

மூன்று

குடிசையிலிருந்து வரப்பேறி நேராக நடந்தால் ஆற்றுப்படுகை. அங்கிருந்து இடது பக்கமிருக்கிற பள்ளம் வழியாக வளைந்து வளைந்து

போகும் வழி முழுவதும் நடந்தால் மண்பாதை. அங்கிருந்தும் நடந்தால்தான் பள்ளிக்கூடத்துக்குப் போய்ச் சேரமுடியும். இந்த வழியெல்லாம் ஆலீசைத் தோளில் தூக்கிக்கொண்டுதான் ஜோசப் நடப்பான். ஜோசப்பின் தோளிலிருந்து கீழே பார்க்கும்போது எல்லாரும் ஆலீசைவிடச் சின்னதாக இருப்பார்கள். பசு, ஆடு, உந்துவண்டி எல்லாம் சின்னது. "அப்பா இதெல்லாம் எப்படிக் குட்டியாச்சு?" ஆலீஸ் கேட்பாள். ஜோசப் சொல்வான்: "அது ஆலீசுக்கொச்சு பெரிசானதால." "அப்பனைவிட நான் பெரிசு இல்லியா?" "ஆமாம்" ஜோசப் சிரித்துக்கொண்டே சொல்வான். ஆனால் ஆசான் பள்ளிக்கூடத்துக்கு வந்து சேர்ந்ததும் ஆலீஸ் சின்னதாகிவிடுவாள். அங்கே ஆசான் தான் பெரியவர். ஆசானின் பிரம்புதான் பெரியது. இதென்ன மாயம். வெளியே வழியில் நிற்கிற பசு, ஆடு எல்லாமும் அப்போது ஆலீசைவிடப் பெரியதாக இருக்கும். ஆலீஸ் ஆச்சரியப்பட்டாள். ஒருநாள் பக்கத்தில் உட்கார்ந்திருக்கும் சிறுமியிடம் ஆலீஸ் சொன்னாள்: "வீட்டுக்குப் போகும்போது இந்த ஆசானைவிட பசுவைவிடயெல்லாம் நான் பெரிசாக்கும்" அதைக் கேட்டு அவள் சிரித்தாள். ஆலீசும் சிரித்தாள். இரண்டு பேரும் சிரிப்பதை ஆசான் கேட்டார். இரண்டு பேருக்கும் நல்ல அடியும் கொடுத்தார். ஜோசப்பின் தோளில் உட்கார்ந்து அழுதுகொண்டேதான் ஆலீஸ் அன்று வீடு திரும்பினாள். வழியில் பசுக்கள், ஆடு, காக்கையெல்லாம் தலை நிமிர்த்திப் பார்த்தன. ஜோசப் சொன்னான்: "அய்யே, ஆலீசுக் கொச்சு அழுவுறதை அவங்கல்லாம் பாக்குறாங்க" ஆலீஸ் அழுதுகொண்டே அவற்றைப் பார்த்தாள். 'ஜோசப் சொன்னான்: "ஆலீசுக் கொச்சே, அழாதே, அழாதே."

நான்கு

"ஜோசப்பே குழந்தைக்கு எப்பிடி இருக்கு?"

"எல்லாம் கர்த்தரோட கையில்..." ஜோசப் வருத்தத்துடன் சொன்னான்.

"அந்தக் குழந்தைக்கு என்ன ஆச்சு?" என்று பீடி சுற்றுபவன் ஜோசப் போனதும் கடைக்காரனிடம் கேட்டான்.

"காய்ச்சலுன்னு நெனைச்சது. அப்புறம் பயங்கரமா வாந்தியும் பேதியும். வைத்தியர் கிட்ட காட்டினாங்க. வயித்துக்கு ஆகாதது எதையாவது தின்னிருக்கும்னு நெனச்சாங்க. தோ, இப்ப கொழந்தைக்கு உணர்ச்சியுமில்ல ஒண்ணுமில்ல. நேத்து ராத்திரி பெரிய ஆசுபத்திரிக்குக் கொண்டுபோய்ட்டாங்க."

ஜோசப் ஆஸ்பத்திரிக்குப் போனபோது தெரேசியாம்மா சொன்னாள்: "குழந்தை கண்ணை முழிச்சுட்டா. அப்பன் எங்கேன்னு கேட்டா?"

ஜோசப் ஆலீசின் அருகில் உட்கார்ந்தான். இரண்டு கட்டில்களுக்கு இடையில் சின்னக் குழந்தைக்கு மட்டுமே படுக்க இடமிருக்கிற தலையில்தான் படுத்துக்கிடந்தாள்.

"இங்கே நல்ல குளிர்" என்றான் ஜோசப்.

"என்ன செய்ய, கட்டில் கிடைக்கவேண்டாமா?" என்றாள் தெரேசியாம்மா.

ஆலீஸ் கண்ணைத் திறந்தாள். ஜோசப்பையும் தெரேசியாம்மா வையும் பார்த்தாள்.

"அப்பா எதுக்காக அழுவுறே?" என்று ஆலீஸ் கேட்டாள். ஜோசப் எதுவும் பேசாமல் எழுந்து தெரேசியாம்மா பக்கத்தில் நின்றான்.

இரவில் ஜோசப்பும் தெரேசியாம்மாவும் தூங்காமல் ஆலீசின் பக்கத்திலேயே நின்றுகொண்டிருந்தார்கள். ஆலீசும் தூங்கவில்லை. ஆலீஸ் இரண்டு பக்கமும் பார்த்தாள். மருந்துக் குப்பிகள். அழுதுகொண்டே போகும் இரண்டு சக்கரங்கள். மூத்திரம் பெய்வதற்கான பாத்திரம். கட்டில் கால்களுக்கிடையில் உருண்டு வெளியே எங்கோ ஓடிப்போகும் ஆரஞ்சு.

"அப்பா..." ஆலீஸ் கூப்பிட்டாள். ஜோசப் ஆலீசின் பக்கத்தில் உட்கார்ந்தான்.

"தோ, பாரு, காலுங்க மட்டும்தான் இருக்கு. ஆருக்கும் முகமில்லே."

ஆச்சரியத்தில் விரிந்த ஆலீசின் முகத்தைப் பார்த்துக்கொண்டே ஜோசப் சொன்னான்: "குழந்தை தூங்கிக்கோ."

ஐந்து

ஒரு நாள் இரவு படுக்கைக்குப் போகிற நேரத்தில் தெரேசியாம்மா சொன்னாள்:

"தே, கொச்சு பெரிசாயிட்டா" ஜோசப்புக்குப் புரியவில்லை. தெரேசியாம்மாவுக்குக் கோபம் வந்தது. ஜோசப்புக்கும் கோபம் வந்தது. "நீ மனுஷனுக்குப் புரியற பாஷையிலே சொல்லு."

தெரேசியாம்மா சொன்னாள்: "கொச்சு வயசுக்கு வந்துட்டா." "கடவுளே, காப்பாற்றுவீராக." அவன் பிரார்த்தனை செய்தான்.

ஆலீஸ் ஆற்றில் குளிக்கப் போகிற நேரம் தெரேசியாம்மா சொன்னாள்: "நீ தனியாகப் போகவேண்டாம்."

ஆலீசுக்குக் கோபம் வந்தது: "அது ஏன்? நான் எப்பவும் தனியாத் தானே போவேன்?"

“வேண்டாம்னுதான சொல்றேன்” தெரேசியாம்மா கத்தினாள். ஆலீசுக்கு வருத்தமாக இருந்தது. தெரேசியாம்மா ஆலீசுக்குத் துணையாக ஆற்றுக்குப் போனாள்.

வழியில் கள் இறக்குகிற கோபாலனைப் பார்த்ததும் ஆலீஸ் கேட்டாள்: “எனக்கு நல்ல கள்ளு தருவீங்களா?”

தெரேசியாம்மா கோபித்துக்கொண்டாள்: “பின்னே, பெண் பிள்ளைங்கதான கள்ளு குடிக்கிறாங்க.”

“இதென்ன கூத்து? இந்த அம்மச்சிக்கு என்ன ஆச்சு?” ஆலீசுக்கு ஆச்சரியமாக இருந்தது. “நான் எப்பவும் அப்படிக்கேக்கறது வழக்கம் தானே?”

“இனி அப்படியெல்லாம் கேக்கக்கூடாது” தெரேசியாம்மா முணுமுணுத்தாள். ஆலீசுக்கு ஒன்றும் புரியவில்லை.

ஆறு

ஆலீஸ் இரண்டு தடவை வாந்தியெடுத்தாள். தெரேசியாம்மா முதுகைத் தடவிக் கொடுத்துக்கொண்டு கோபப்பட்டாள்: “அப்பவே சொன்னேன், கண்டது கடியதை வாரித் தின்னக் கூடாதுன்னு.” ஆலீஸ் மறுபடியும் வாந்தியெடுத்தாள். வாந்தி நிற்பதற்காக தெரேசியாம்மா எலுமிச்சம் பழத்தை முகர்ந்து பார்க்கச் செய்தாள். வாந்தி நிற்கவில்லை. இரண்டு நாட்களாகியும் வாந்தி நிற்காததனால் ஜோசப் ஆலீசை அழைத்துக்கொண்டு வைத்தியரிடம் போனான். வைத்தியர் ஆலீசைப் பரிசோதனை செய்தார். “எத்தனை வயசாச்சு?” என்று கேட்டார்.

“பன்னெண்டு” ஜோசப்தான் பதில் சொன்னான். அவர் எழுந்து கொண்டார். ஜோசப்பை வராந்தாவுக்கு அழைத்தார்.

வீட்டுக்குத் திரும்பும்போது ஆலீஸ் கேட்டாள்: “அப்பன் ஏன் எதுவும் பேசமாட்டேங்கிறீங்க?” ஜோசப் ஒன்றும் சொல்லவில்லை. “அப்பா என்னைத் தூக்குவீங்களா?” வழியோரம் காட்டுச் செடிகளுக்கு இடையிலிருந்த அரணையும் வயலில் தென்னை மரத்தடியில் படுத்துக்கிடந்த பசுவும் ஜோசப்பையும் ஆலீசையும் நிமிர்ந்து பார்த்தன.

ஏழு

ஆலீசைப் பள்ளிக்கூடத்துக்கு அனுப்பவில்லை. வெளியே எந்த இடத்துக்கும் போகக்கூடாது என்றார்கள். தெரேசியாம்மாவும் ஜோசப்பும் ஆலீசுடன் பேசவே இல்லை. அயல் பக்கத்திலிருக்கிற சிலர் வேலியருகில் வந்து நின்று புல் பறிக்கவோ வேறு ஏதாவதோ

செய்கிற சாக்கில் பார்த்துவிட்டுப் போவார்கள். ஆலீசுக்கு ஒன்றும் புரியவில்லை.

ஒருநாள் ஆலீஸ் சொன்னாள்: "அம்மச்சீ பாத்தியா? என் வயிறு வீங்கிகிட்டே வருது." தெரேசியாம்மா ஆலீசின் முகத்தையே பார்த்தாள். ஆலீஸ் தன்னுடைய சிறிய வயிற்றின்மேல் கையை வைத்துக்கொண்டு சிரித்தாள்.

ஒரு இரவில் அப்பன் தூங்காமல் திண்ணையில் உட்கார்ந்திருப்பதைப் பார்த்து ஆலீஸ் எழுந்து போனாள். "அப்பா" என்று கூப்பிட்டாள் ஆலீஸ்.

ஜோசப் ஆலீசைப் பக்கத்தில் உட்கார வைத்துக்கொண்டான். "மகளே..." என்று அழைத்தான்.

"என்னா அப்பா?" என்று கேட்டாள் ஆலீஸ்.

"நமக்கு இது வேணுமா?" ஆலீசுக்குப் புரியவில்லை.

"இந்தக் குழந்தை..."

"குழந்தையா, எங்கே?"

ஜோசப் ஆலீசைக் கட்டிப் பிடித்துக்கொண்டான். அப்பன் எதற்காக அழுகிறார் என்று ஆலீசுக்குப் புரியவில்லை.

ஆலீசின் வயிறு பெரியதாகிக்கொண்டே இருந்தது. பலூனைப்போல அது வீங்கி வருவதை ஆலீஸ் வேடிக்கை பார்த்தாள்.

எட்டு

காற்றோ மழையோ இடியோ வால்நட்சத்திரமோ எதுவுமில்லாத ஒரு நள்ளிரவில் ஆலீஸ் அலறுவதை அண்டை வீட்டுக்காரர்கள் கேட்டார்கள். பிறகு அது அடங்கியது. ஆலீஸ் கண் திறந்தாள். அறைக்குள்ளிருந்த கொஞ்ச வெளிச்சத்தில் தனக்கு வலது பக்கத்தில் ஒரு குழந்தை கிடப்பதைப் பார்த்து ஆலீஸ் ஆச்சரியப்பட்டாள். உதிரத்தின் நிறம் மாறாத சின்ன விரலளவான குழந்தை. ஆலீஸ் குழந்தையை மெதுவாகத் தொட்டாள். குழந்தை அழுதது. ஆலீஸ் பயந்துபோய் அம்மச்சியைக் கூப்பிட்டாள். திண்ணையில் உட்கார்ந்து தெரேசியாம்மா அழுதுகொண்டிருந்தாள். ஜோசப் அழுதுகொண்டிருந்தான். ஆலீஸ் குழந்தையிடம் "அழாதே அழாதே" என்றாள்.

○○○

பாதுஷா என்ற கால்நடையாளன்

Give me the occan, the desert or the kilderness

-Walking, Thoreau

ஒரு சாவி, ஒரு கிளிஞ்சல், ஒரு இலை. இவ்வளவுதான் அவனிடமிருந்து கிடைத்தவை. நரைத்த முடிக்கு இடையில், தாடிக்கு இடையில், வாயில், குதத்தில் எங்கேயோ ரகசியத்தை மறைத்து வைத்திருக்கிறான் என்ற சந்தேகத்தில் அவர்கள் அவனை மீண்டும் மீண்டும் பரிசோதனை செய்தார்கள். ஸ்டேஷனுக்குள்ளேயிருந்த சின்ன செல்லில் மங்கலான வெளிச்சத்துக்குக் கீழே முழு நிர்வாணமாக அந்த எழுபது வயது உடல் நிழல்போல வளைந்து நின்றிருந்தது.

"தேவடியா பையன் நிக்கிறதைப் பாத்தியா ..?" பற்களுக்கு இடையிலிருந்து எடுத்த எதையோ மோந்து பார்த்துக்கொண்டு இன்ஸ்பெக்டர் சொன்னார்.

"ஒரு பயமுமில்ல" பக்கத்திலிருந்த போலீஸ்காரன் ஏற்றிவிட்டான்.

செல்லிலிருந்து வெளியே வந்த போலீஸ்காரர்கள் அவனிடமிருந்து எதுவும் கிடைக்காத ஏமாற்றத்தில் இன்ஸ்பெக்டரைப் பார்த்தார்கள். இன்ஸ்பெக்டர் அவர்களைக் கவனிக்காமல் பல்லிடுக்கிலிருந்து ஒவ்வொரு தடவையும் தோண்டியெடுத்த எச்சில் துணுக்கை முடிந்த வரை சுவாரசியமாக மோந்து

பார்த்து காலையும் தலையையும் ஆட்டியபடி செல்லுக்குள்ளே இருக்கும் மனிதனையே உற்றுப் பார்த்துக் கொண்டிருந்தார்.

"அவனென்ன அங்கே நின்னுகிட்டே தூங்குறானா?" என்று கேட்டார் இன்ஸ்பெக்டர்.

போலீஸ்காரன் போய் செல்லின் கதவைத் திறந்தான். உள்ளே நுழைந்த இன்ஸ்பெக்டர் அங்கே நின்றிருந்த மனிதனின் இரண்டு காதுகளையும் பொத்தி அடித்தார்.

ஒரு நிமிடம் திகைத்துப் போன அந்த மனிதன் நிராதரவாக அவர் முகத்தைப் பார்த்தான். பிறகு மெல்ல சிரிக்க முயன்றான்.

"நல்ல சிரிப்பு" என்றார் இன்ஸ்பெக்டர். அப்போது அந்த மனிதன் நன்றியுடன் இன்ஸ்பெக்டரின் முகத்தை ஏறிட்டுப் பார்த்தான். ஆனால், நொடி நேரத்தில் இன்ஸ்பெக்டர் அவனுடைய தலையைத் தன்னுடைய கைகளுக்குள் இழுத்து, அந்த உடலை வில்போல வளைத்து முழங்கையால் ஓங்கி அடித்தார். பிறகு நிமிர்ந்து நிற்கவைத்துவிட்டுச் சொன்னார்: "சிரிடா."

வளைந்துபோன உடல் தரையில் ஊன்றி நிற்க முடியாமல் தள்ளாடி நின்று அந்தக் கட்டளைக்குக் கீழ்ப்படிய முயற்சிக்கும்போது இன்ஸ்பெக்டரின் முஷ்டி மூக்கையும் வாயையும் அடித்தது. கடை வாயிலிருந்து கசிந்து விரலில் படிந்த ரத்தத்தை அவனுடைய மார்பிலேயே துடைத்துக்கொண்டு இன்ஸ்பெக்டர் சொன்னார்: "தேவடியா பயலே, கொன்னுபோட்டுருவேன்."

இன்ஸ்பெக்டர் திரும்பி நடக்கும்போது காலூன்ற முடியாமல் நொண்டிய ஒரு குரல் பின்னால் வந்தது: "சார்."

இன்ஸ்பெக்டர் திரும்பிப் பார்த்தார். பரிணாமத்தின் ஏதோ கட்டத்தில் விகார உருவமாக மாறிப்போன ஒரு சீவன் தன்னிடம் எதையோ சொல்ல முயற்சிப்பதுபோல அப்போது அவருக்குத் தோன்றியது. அந்த மனிதனின் மார்புக்கூட்டை நோக்கி இடதுகாலால் ஓங்கி உதைத்துவிட்டுக் கேட்டார்: "பன்னி, உனக்கு என்ன தெரியணும்?"

செல்லின் சுவரோடு சாய்ந்து நின்று மூச்சிரைப்பு மாறாமல் ஒவ்வொரு வார்த்தைக்கும் உயிர்கொடுப்பதற்காகச் சிரமப்பட்டு அவன் எதையோ சொல்லத் தொடங்கும் முன்பு கொத்தாக முடியைப் பிடித்து இழுத்து நிமிர்த்திவிட்டு இன்ஸ்பெக்டர் சொன்னார்: "வாயைத் தொறக்கக்கூடாது."

அவனால் எதையும் பார்க்கவோ கேட்கவோ முடியவில்லை. அப்போது அந்த மனிதன் உயிரின் கடைசி ஊற்றும் வற்றிக் கொண்டிருக்கும் கடைசி நொடியிலிருந்தான்.

"பன்னி, கைதேர்ந்த திருடனாயிருக்கான்" செல்லைவிட்டு வெளியே வரும்போது இன்ஸ்பெக்டர் சொன்னார்.

"சார், இவனுங்களுக்கெல்லாம் விசேச பயிற்சி கெடச்சிருக்கும்."

இன்ஸ்பெக்டர் தலையாட்டினார்.

போலீஸ்காரன் ஒரு சீட்டைக் கொண்டுவந்து இன்ஸ்பெக்டர் கையில் கொடுத்தான்.

"ஐஜியும் டிஜிபியும் ஒரு மணி நேரத்துல வந்துடுவாங்களாம்."

போலீஸ்காரர்கள் இன்ஸ்பெக்டரைப் பார்த்தார்கள்.

"இனி இதையெல்லாம் தூக்குல ஏத்தறதுவரைக்கும் இங்கேயே இருந்தாகணும். கொஞ்சம்கூட கண்ணை மூடல" ஒரு நீண்ட குசு விட்டுக்கொண்டே சொன்னார் இன்ஸ்பெக்டர்.

அழுகிப்போன தேங்காய் மட்டையின் நாற்றம் பரவியிருந்த அந்த ஸ்டேஷன் அறையில் மாட்டியிருந்த கடிகாரத்தில் நான்குமணி அடித்தது.

செல்லுக்குள்ளேயிருந்த மனிதன் மெதுவாக அசைய முயற்சி செய்தபோது உள்ளேயிருந்து மின்னல்போல ஒரு வலி முதுகெலும்பைப் பிளந்துகொண்டு போனது.

மூன்று மணி நேரங்களுக்கு முன்பு அவன் நிலாவெளிச்சம் படர்ந்திருந்த ஆகாயத்துக்குக் கீழே நின்றிருந்தான். அதற்கு முன்பு வீட்டு வாசல் கதவில் சாய்ந்து நின்ற சௌபியாவுக்குப் பக்கத்திலிருந்தான்.

வெளியே இறங்கும்போது சௌபியா கேட்டாள்: "இந்த ராத்திரியிலே நடக்கப்போக உங்களுக்கு என்ன பைத்தியம் பிடிச்சிருக்கா?"

"ஆமாம்" என்று சொல்லிச் சிரித்தான் அவன்.

"டார்ச் வேண்டாமா?"

அவன் அப்போது ஆகாயத்தைச் சுட்டிக்காட்டினான். அவள் சிரித்தாள்.

"எங்கே நடக்கப்போறீங்க?"

"மொதல்ல கடற்கரையிலே... அப்புறம்..."

"அப்புறம்?"

"இன்ஷா அல்லா."

வீடுகள் எல்லாம் உறங்கிவிட்டிருந்தன. வழியோரத்து வீட்டிலிருந்து ஒரு குறட்டை வெளியே எட்டிப்பார்த்துக் கொண்டிருந்தது. சிறிது நடந்ததும் ஒரு நாய் துள்ளி வந்தது. அவன் நின்றான். கேட்டுக்குப் பின்னால் நின்று அது குரைத்தது. நாயின் முகத்தைக் கொஞ்ச நேரம் பார்த்திருந்துவிட்டு தன்னை அறிமுகப்படுத்திக்கொண்டான்: "நான் பாதுஷா, உன் பேர் என்ன?" நாய் வாலாட்டிக்கொண்டு என்னவோ சொல்ல முயன்றது. அவன் சொன்னான்: "நான் உன்னை பாது என்று கூப்பிடுகிறேன். சின்ன வயசில் பாப்பா* என்னைக் கூப்பிட்ட பேராக்கும்." நாய் வாலாட்டியது. "நீயும் என்கூட நடக்க வர்றியா?" நாய் சந்தேகத்துடன் எங்கே என்ற அர்த்தத்தில் பார்த்தது. சும்மா நடக்கலாம். நாய் பேசாமல் நின்றது. அந்த வீட்டை விட்டு வெளியே வரமுடியாத இயலாமை அதன் முகத்திலிருந்தது. "பரவாயில்லை, இன்னொரு தடவை பார்த்துக்கலாம்" என்று சொல்லிவிட்டு கடற்கரைக்குப் போகும் வழியில் திரும்பினான்.

அலைகளில் அவன் கால்களை நனைத்தான். இரண்டு கைகளையும் ஆகாயம் நோக்கி உயர்த்தியபடி நின்றான். உறங்கிக் கிடந்த படகுகளின் நெற்றியில் தொட்டான். கடல் மணலில் மூத்திரம் கழித்தான். நண்டுகளைப் பின் தொடர்ந்து ஓடினான்.

பாலேடு போன்ற திரையை விலக்கிக்கொண்டு ஒரு கப்பல் சின்னதாக அசைந்தது. அதுதான் கோஜா காசிமின் சகோதரனுடைய கப்பல். பாப்பா சொல்வார். பாப்பாவின் சுண்டுவிரலுக்கு அப்பால் பார்த்துக்கொண்டு குழந்தைகள் தலையாட்டுவார்கள். மெக்காவிலிருந்து புனித யாத்திரீகர்களுடன் வந்த அந்தக் கப்பலை வாஸ்கோடகாமா எரித்துவிட்டார். குழந்தைகளும் பெண்களும் ஆண்களும் அதில் வெந்து இறந்தார்கள். குழந்தைகளெல்லாரும் அப்போது வருத்தத்துடன் பாப்பாவின் முகத்தையே பார்ப்பார்கள். பாப்பாவின் கண்களும் அப்போது கலங்கியிருக்கும். கப்பலில் அவர்களுடன் எகிப்து சுல்தானின் தளபதியான ஜாவேத் பேகும் இருந்தார். குழந்தைகள் தலையாட்டுவார்கள். இனி நீங்க எல்லாரும் கண்ணை மூடிக்கோங்க. எல்லாரும் கண்களை மூடிக்கொள்வார்கள். அலைகளின் சத்தம் கேட்குதா? கேட்குது. குழந்தைகளின் அழுகை கேட்கவில்லையா? கேட்குது. இனி எல்லாரும் கண்ணைத் திறங்கள். எல்லாரும் கண்ணைத் திறப்பார்கள். அந்த நேரம் முழுவதும்

பாப்பாவின் கை தூரத்தைச் சுட்டிக்காட்டிக்கொண்டிருக்கும். அந்தச் சுட்டு விரலுக்கு அப்பால் இடிந்துபோன அறைச் சுவர்தான் இருந்தது. சாகும்வரைக்கும் பாப்பா இறந்த காலத்தில் மட்டுமே வாழ்ந்து கொண்டிருந்தார். ஒரு காவல் நாயைப் போல நினைவுகளைக் குரைத்துக்கொண்டு. இந்த எழுபதாம் வயதில் பாப்பா சொல்லாமல் போன ரகசியங்களைத் தெரிந்துகொள்வதற்காக அவன் கண்களை மூடிக்கொண்டான். பிரார்த்தனைபோல அலைகளின் சத்தம். கடல் மண்ணின் ஸ்பரிசத்தில் பாலைவனத்தின் தனிமை. கண் திறந்தபோது போர்க்கப்பல்கள், வெடிமருந்தின் நெடி, குழந்தைகள், அகதிகளின் கூக்குரல். நினைவுகளுக்கு குறுகிய ஆயுள் மட்டுமேயுள்ள காலத்தில் வாழும் கிழவனின் அங்கலாய்ப்புகள் நிரம்பிய மனதுடன் அவன் கடற்கரையில் வெறுமனே உட்கார்ந்திருந்தான். ஒரு வெளிச்சம் காச நோயாளியின் சத்தத்துடன் கடந்து போனது.

கடற்கரையிலிருந்து ஏறி தீவுக்குப் போகும் வழியில் அவன் நடந்தான். பழைய பண்டக சாலைகளுக்குள்ளேயிருந்து புறாக்களின் முணுமுணுப்புகள் கேட்டன. லந்தக்காரர்களும் (டச்சுக்காரர்களும்) பரங்கிக்காரர்களும் பிரிட்டிஷ்காரர்களும் நடந்த வழி. மறையாமல் நிற்கும் அதிகாரத்தின் புராதனமான அடையாளங்கள்.

உப்புக்காற்று அவனுடைய கிழிந்த தொப்பியைத் தொட்டுத் திரும்பிப் போனது. தீவுக்குத் திரும்புகிற வழியில்தான் அவனுக்கு முன்னால் போலீஸ் ஜீப் வந்து நின்றது.

"எங்கே போறே?" இன்ஸ்பெக்டர்தான் கேட்டார். அவன் எதுவும் சொல்லாமல் இன்ஸ்பெக்டரைப் பார்த்தான்.

"கேட்டது விளங்கலே?"

"சும்மா நடக்கறதுக்காக..."

"இந்த ராத்திரியிலேயா?"

"ஆமாம்."

"எதுக்காக?"

"நடக்கறது எனக்குப் பிடிக்கும்."

"பேரென்ன?"

"பாதுஷா."

இன்ஸ்பெக்டர் போலீஸ்காரர்களைப் பார்த்தார். பின்னால் நின்றிருந்த போலீஸ்காரரின் எதிர்பாராத அடியில் அவன்

விழுந்தான். ஜீப்புக்குள் பந்தைப்போல அவனை இழுத்து எறிந்த போலீஸ்காரர்கள் தலையை மிதித்து அழுத்தினார்கள். கடிகாரத்தில் ஐந்து மணி அடித்தது.

சூரிய வெளிச்சம் நுழையாத செல்லுக்குள்ளே வந்த சுபஹ் தொழுகைக்கான பாங்கு ஓசை பாதி மூடிய கண்களுடன் சுவரோடு சாய்ந்து உட்கார்ந்திருந்த அந்த மனிதனை எழுப்பியது. மலமும் மூத்திரமும் நாறும் தரையோடு பாதுஷா என்ற எழுபது வயதானவன் பூமியின் தழும்பு விழுந்த தன் நெற்றியைப் பதித்தான். கொதிக்கும் வலியுடன் மறுபடியும் தலை வணங்கும்போது, "ஏண்டா, நாறப்பயலே, குத்தவெச்சு உட்கார்ந்து பேள்றியா, எழுந்து நில்லுடா" என்று இன்ஸ்பெக்டர் அலறினார்.

OOO

மூன்று பயணிகள்

"அப்படீன்னா நாங்க வரட்டுமா?" மரியா அம்மா டாக்டரிடம் கேட்டாள்.

டாக்டர் காகிதத்தில் வெறுமனே கிறுக்கிக் கொண்டிருந்தார். முதலில் வரைந்த வட்டத்துக்கு மேல் ஏராளமான வட்டங்கள் சேர்ந்து ஒரு பொறி போல கூடிப் பிணைந்து கிடப்பதைப் பார்த்து வெறுமனே முனகமட்டும் செய்தார்.

"அப்ப இனி நாங்க வரவேண்டாம். இல்லியா?" அவள் கேட்டாள்.

டாக்டர் முகத்தை நிமிர்த்தினார். அந்தப் பெண் டாக்டரின் பதிலுக்காகக் காத்து நின்றாள்.

"மரியா எங்கே?" என்று கேட்டார் டாக்டர்.

"வெளியே இருக்கிறாள்" அவள் சொன்னாள்.

அப்போது மரியா குழந்தைகள் வார்டில் நடந்துகொண்டிருந்தாள். பழக்கமானவர்களைப் பார்த்துப் பேசியும் குறும்பு காட்டியும் டாக்டரின் அறைக்குப் பக்கத்தில் வந்தபோது வேலை முடிந்துபோகும் நர்சுகள் கேட்டார்கள்:

"என்ன இன்னைக்கு ரொம்ப சந்தோஷம்?"

"நாங்க இன்னைக்குப் போறோம்" என்றாள் மரியா.

"இனி எப்ப வருவீங்க?"

மரியாவுக்கு அது தெரியாது. ஒரு நிமிடம் அவர்களைக் காத்து நிற்கச் செய்துவிட்டு அவள் டாக்டரின் அறைக்குள்ளே ஓடினாள்.

"அம்மா, நாம் போயிட்டு மறுபடியும் எப்ப வருவோம்?"

மரியா அம்மா டாக்டரைப் பார்த்தாள். அவளுடைய கண்களைப் பார்க்காமலிருக்க முயன்றார் டாக்டர். மரியாவின் தலையை வருடிக்கொண்டு அவள் சொன்னாள்: "இன்னொரு நாளைக்கு"

"டிரெயின் எப்ப?" என்று கேட்டார் டாக்டர்.

"தெரியாது."

"அதுவரைக்கும் எங்கே இருப்பீங்க?"

"ரயில்வே ஸ்டேஷன்ல" கீழே வைத்திருந்த பையைக் கையில் எடுத்துக்கொண்டே சொன்னாள். "மரியாவுக்கு ரயிலைப் பாக்கப் பிடிக்கும்."

டாக்டர் மரியாவின் கேஸ் ஷீட்டுகளை மேஜைக்குள்ளே வைத்தார்.

ஒரு ஆம்புலன்ஸ் அலறலின் சத்தமுள்ள ஹாரனை ஒலித்தபடி பின் வழியில் போனது.

"கடவுள் கருணையுள்ளவர்" என்று அவ்வளவு திடமில்லாத குரலில் சொன்னார் டாக்டர். "சிலசமயம் சில அற்புதங்கள் நடக்கலாம்."

மரியா அம்மா நாற்காலியிலிருந்து எழுந்தாள். டாக்டரும் அவர்களுடன் அறைக்கு வெளியே வந்தார்.

"இனி இந்த மருந்துகளை என்ன செய்யறது?" பையிலிருந்து எடுத்த மருந்துகளை டாக்டருக்கு நேராக நீட்டிக்கொண்டு கேட்டாள்.

டாக்டர் எதுவும் பேசவில்லை.

ஆஸ்பத்திரியின் வராந்தா முடிகிற இடத்திலிருந்த ஜன்னலுக்குப் பக்கத்தில் நின்று வெளியே பார்த்துக்கொண்டிருந்தாள் மரியா. வெயிலுக்கு எதிராக நின்ற அவள் ஒரு நிழல்போலத் தெரிந்தாள்.

மரியாவும் அம்மாவும் நடந்து போவதை டாக்டர் தனது அறையிலிருந்து ஜன்னல் வழியே பார்த்துக்கொண்டிருந்தார். மரியாவின் குட்டிக்கையை அம்மா இறுக்கமாகப் பிடித்திருந்தாள்.

உண்ணி. ஆர்

வெயில் படாமலிருக்க மரியாவின் தலையில் கட்டியிருந்த சின்னத் துணி அடிக்கடி அவிழ்ந்து அவிழ்ந்து விழுந்துகொண்டிருந்தது.

ரயில்வே ஸ்டேஷனுக்கு வந்து சேர்ந்தபோது மரியாவும் அம்மாவும் போக வேண்டிய வண்டி இரண்டு மணிநேரம் தாமதமாக வரும் என்று தெரிந்தது. இரண்டு மணிநேரம் என்றால் என்ன என்று மரியாவுக்குப் புரியவில்லை.

"ரெண்டு மணிநேரம்னா என்னா?" என்று கேட்டாள் மரியா.

"ரொம்ப நேரம்" ரயில்வே ஸ்டேஷனில் காலி பெஞ்சுக்குப் பக்கத்தில் நடப்பதற்கு இடையில் மரியா அம்மா சொன்னாள்.

ஒரு எஞ்சின் சத்தமில்லாமல் அவர்களைத் தாண்டிப்போனது. உடம்பிலிருந்து பிரிந்த தலையைப்போல வெயிலில் அது நகர்ந்து போவதைப் பார்த்து அவள் மரியாவைத் தன்னோடு நெருக்கிப் பிடித்துக்கொண்டாள்.

"இப்ப ரொம்ப நேரம் ஆயிடுச்சா?"

இல்லையென்று தலையாட்டினாள் அவள்.

"இனி எப்ப ரொம்ப நேரம் ஆகும்?"

"ரெயில் வரும்போது..." தூரத்தில் வளைவு திரும்பும் எஞ்சினைப் பார்த்துக்கொண்டு பயந்த குரலில் சொன்னாள் அவள். அம்மாவின் புடவைத் தலைப்பை எடுத்து முகத்தைத் துடைப்பதற்கிடையில் மரியா கேட்டாள்: "நாம இனிமேல் எப்ப இங்கே வருவோம்?"

வெயிலின் கதிர்கள் உடம்பைத் துளைத்து இறங்குவதாக மரியா அம்மாவுக்குத் தோன்றியது. மரியாவை அவள் தன் தேகத்தோடு சேர்த்து அணைத்துக்கொண்டாள்.

"அம்மாவோட கை பயங்கரமா சுடுது."

அம்மாவின் கைச்சூட்டில் அமிழ்ந்துகொண்டு மரியா சொன்னாள்.

அம்மா உடம்போடு ஒட்டிக்கிடந்து மரியா தூங்க ஆரம்பித்தாள். அவளுடைய குட்டி இதயம் அம்மாவின் சரீரத்துடன் சேர்ந்து துடித்தது.

வெயில் ஏறியும் இறங்கியும் தன்னுடைய வலையை வீசிக்கொண்டிருந்தது.

பாதுஷா என்ற கால்நடையாளன்

தண்டவாளத்தில் முனகிக்கொண்டு ஒரு சரக்கு ரயில் கடந்துபோன போது மரியா விழித்தாள். லேசான தூக்கக் கலக்கத்துடன் ரயிலைப் பார்த்து எண்ணத் தொடங்கினாள். "ஒண்ணு... ரெண்டு... மூணு..." இடையில் ஒரு அழுகைக்குரல் கேட்டு மரியா திரும்பிப் பார்த்தாள். அவள் உட்கார்ந்திருந்த பெஞ்சின் காலுடன் ஒண்டி நின்ற பூனைக்குட்டி. மரியா பூனையைப் பார்த்தபடியே "நாலு... அஞ்சு..." என்று எண்ணிக் கொண்டிருந்தாள். நூறுவரைக்கும் எண்ணி முடித்தபோது தான் ரயில் தாண்டிப்போயிருந்தது மரியாவுக்குத் தெரிந்தது. அவளும் நூறுவரைக்கும் எண்ணத்தான் கற்றுக்கொண்டிருந்தாள்.

"அம்மா, இந்தப் பூனையோட பேரென்ன?"

"அதுகிட்டயே கேளு."

அம்மாவைப் பார்த்துச் சிரித்துவிட்டு பெஞ்சைவிட்டு இறங்கி பூனைக்குப் பக்கத்தில் உட்கார்ந்து கொண்டாள் மரியா.

"பூனை பூனை உன் பேரென்ன?"

"மியாவ்" என்று கத்தியது அது.

அம்மாவைத் திரும்பிப் பார்த்தாள் மரியா.

"அதோட பேரு என்னவாம்?" அம்மா கேட்டாள்.

மரியா சொன்னாள்: "பூனை."

அப்போது ஒரு காகம் கத்திக்கொண்டு பக்கத்து மரத்தில் வந்து உட்கார்ந்தது. மரியா காகத்தைப் பார்த்துச் சிரித்தாள். காகம் மரியாவைப் பார்த்துச் சிரித்தது "கா... கா..." பூனையும் சிரித்தது. "மிய்... யாவ்."

"நம்ம வண்டி இப்ப வந்துடும்" அறிவிப்பைக் கேட்டுவிட்டு அம்மா மரியாவிடம் சொன்னாள்.

"இப்ப ரொம்ப நேரம் ஆயிடுச்சா?" என்று கேட்டாள் மரியா.

அவள் தலையாட்டினாள்.

காகம் பறந்து போனது.

"நாம் இந்தப் பூனைக்குட்டியையும் எடுத்துட்டுப் போலாமா?" என்று கேட்டாள் மரியா.

குழந்தைகளிடம் மட்டும் சொல்லக்கூடிய களங்கமில்லாத ஒரு பொய்க்காக அவள் அதிக நேரம் எடுத்துக்கொண்டாள். பிறகு மரியாவின் நெற்றியில் முத்தமிட்டபடி சொன்னாள்: "பூனையம்மா வீட்டில காத்துட்டு இருக்குமில்ல."

வண்டியில் கூட்டம் குறைவாக இருந்தது. மரியாவும் அம்மாவும் உட்கார்ந்திருந்த இடத்துக்கு எதிரில் வயதான ஒருவர் மட்டுமிருந்தார். ரயில் நகரத் தொடங்கியதும் மரியா ஜன்னல் கம்பியில் முகத்தைப் பதித்து வெளியே பார்த்தாள். பிளாட்பாரத்தில் வேகமாக நகரும் கால்களுக்கிடையிலிருந்து பூனை மரியாவைப் பார்த்துக்கொண்டிருந்தது. மரியா பூனையைப் பார்த்துக் கை வீசினாள்.

"அடுத்த தடவை வர்றப்ப நாம அதை எடுத்துட்டுப் போகணும்" என்றாள் மரியா. அம்மா ஒன்றும் சொல்லவில்லை. அவள் வெளியே பார்த்துக்கொண்டிருந்தாள். பயந்து அரண்ட இரண்டு சின்னக் கண்கள் தூரத்தில் மின்னுவதை அவள் பார்த்தாள்.

மரியா கொஞ்சநேரம் வெளிக்காட்சிகளைப் பார்த்துக்கொண்டு நின்றிருந்தாள். பிறகு எதிரில் உட்கார்ந்திருந்தவரின் முகத்தைப் பார்த்தாள். வெள்ளையான தாடிவைத்த ஒருவரை அவள் இப்போது தான் முதல் முறையாகப் பார்க்கிறாள். நரைத்த தாடிக்கும் மீசைக்கும் இடையில் பல்லில்லாத வாயைப் பார்த்தபோது மரியாவுக்கு ஆச்சரியமாக இருந்தது.

"அம்மா, இந்தத் தாத்தாக்குப் பல்லே இல்ல" என்று அம்மாவிடம் திரும்பிச் சொன்னாள்.

இதைக் கேட்டதும் அவர் உரக்கச் சிரித்தார். சின்ன மணி குலுங்குவது மாதிரியான அந்தச் சிரிப்பும் மரியாவுக்குப் பிடித்தது.

அவர் அவளைத் தன்னோடு இழுத்து அணைத்துக்கொண்டு "பேரென்ன?" என்று கேட்டார்.

"மரியா."

"நல்ல பேரு."

"தாத்தாவோட பேரென்ன?"

"யேசு"

அதைக் கேட்டதும் மரியா உரக்கச் சிரித்தாள். அவரும் சிரித்தார்.

"எங்க வீட்லேருக்கற யேசு பாப்பாவாக்கும்" மரியா இரண்டு கைகளாலும் அந்தக் குழந்தை யேசுவின் உருவத்தைக் காண்பித்து விட்டுச் சொன்னாள்: "பூனை மாதிரி குட்டியூண்டு."

"அப்ப நான்?" சிரித்துக்கொண்டே கேட்டார் அவர்.

என்ன சொல்லுவது என்று கொஞ்ச நேரம் யோசித்த பிறகு மரியா இரண்டு கைகளையும் விரித்து "பெரிய பூனை" என்றாள்.

அவர் மரியாவைச் சேர்த்து அணைத்துக்கொண்டு மணிகுலுங்கும் சத்தத்துடன் உரக்க உரக்கச் சிரித்தார்.

வீடுகளும் மரங்களும் பட்சிகளும் மனிதர்களும் பட்டணங்களும் வெகு சீக்கிரமாகத் தாண்டிப் போய்க்கொண்டிருந்தன.

"தாத்தா எங்கே போறீங்க?" என்று மரியா கேட்டாள்.

"வீட்டுக்கு."

"வீடு எங்கே?"

"தூரத்துல."

"தூரத்துலேன்னா..."

அவருடைய முழங்கால்களில் கைகளை ஊன்றிக்கொண்டு ஆர்வத்துடன் பார்த்துக்கொண்டு நின்ற மரியாவிடம் வெளியே கையைக் காட்டிச் சொன்னார்: "தோ... அங்கே."

அப்போது ரயில் வறண்ட வயல்வெளியைத் தாண்டிப் போய்க்கொண்டிருந்தது. வானத்தில் அந்திநேரம் தொடங்குவதன் சிவந்த கோடுகள் வரப்புகளில் விழத் தொடங்கியிருந்தன.

"மரியாவோட வீடு எங்கேயிருக்கு?"

"அஸ்ரப்போட வீடிருக்கே அதுக்குப் பக்கத்துல."

ரெயில் அப்போது கூவியது. மரியா சிரித்துக்கொண்டு இன்னொரு ரயிலைப் போலக் குதித்தபடி கூவப் பார்த்தாள். தொண்டைக்குள் சிக்கிக்கொண்ட சத்தத்தைக் கழற்றியெடுக்க முடியாமல் மூச்சுத் திணறலுடன் அவள் அம்மாவைக் கட்டிப் பிடித்துக்கொண்டாள். அழுகை ததும்பும் முகத்துடன் "அம்மா ஒண்ணுமில்லே... ஒண்ணுமில்லே" என்றாள்.

வெளியில் இருட்டு விழத் தொடங்கியதும் அவளுடைய பயம் அதிகமானது. கண்ணுக்குக் கீழே பிறைபோலப் படர்ந்திருந்த கருமை இருட்டுடன் சேர்ந்து முகம்முழுவதும் பரவுவதுபோல வளர்ந்து கொண்டிருந்தது.

கொஞ்சம் கழிந்ததும் சோர்வு நிரம்பிய முகத்துடன் அம்மாவின் மடியிலிருந்து மரியா எழுந்தாள். அம்மா மரியாவின் கன்னத்திலும் நெற்றியிலும் முத்தம் கொடுத்தாள். மரியா மறுபடியும் அவருக்குப் பக்கத்தில் போனாள். அப்போதுதான் அவருக்குப் பக்கத்திலிருந்த துணிப்பையை மரியா கவனித்தாள்.

அதில் என்ன இருக்கிறது என்று ரகசியமாகப் பார்க்கவும் செய்தாள்.

அம்மாவுக்குக் கேட்காதபடி "இதிலே என்னாருக்கு?" என்று மரியா கேட்டாள். தான் கேட்டதை அம்மாவும் கேட்டிருப்பாளா என்று தெரிந்துகொள்வதற்காக மெதுவாகத் திரும்பிப் பார்த்தாள். அம்மா கேட்டிருந்தால் திட்டுவாள். யாருடைய பையையும் திறந்து பார்க்கக்கூடாது, யாரிடமும் எதுவும் கேட்கக் கூடாது என்றெல்லாம் மரியாவிடம் அம்மா கண்டிப்பாகச் சொல்லியிருந்தாள்.

"இதிலே நான் வேலை செய்யறதுக்கான சாமனங்க இருக்கு" என்றார் அவர்.

மரியாவுக்குப் புரியவில்லை. அவர் பையைத் திறந்து காட்டினார். அதிலிருந்த சாமானங்களையெல்லாம் மரியா முதல் முறையாகப் பார்க்கிறாள். முதல் முறையாக அந்தப் பெயர்களைக் கேட்கிறாள் — உளி, இழைப்புளி, சுத்தி... மரியா அந்தப் பொருட்களையும் அவற்றை உபயோகிக்கிற மனிதரையும் ஆராதனையுடன் பார்த்தாள்.

மரியா குரலைத் தாழ்த்தி இடையிடையே அம்மாவையும் பார்த்துக்கொண்டு கேட்டாள்: "இதெல்லாம் எங்கேயிருந்து கெடச்சுது?"

அவரும் மரியாவைப்போலவே குரலைத் தாழ்த்தி ரகசியம்போலச் சொன்னார்: "இதெல்லாம் எங்க அப்பா எனக்குக் குடுத்தது."

மரியா அந்த அதிசயப் பொருட்களைத் தொட்டுப் பார்த்தாள். அதெல்லாம் மரியாவுக்கு விளையாட்டுச் சாமானங்கள்போலவே தெரிந்தன.

"பாப்பாவோட அப்பா என்ன பண்ணுறாரு?"

"எனக்கு அப்பா இல்ல" அந்தப் பொருட்களிலிருந்து கண்ணெடுக்காமல் சொன்னாள் மரியா.

கூட்டமாக ஆட்கள் இறக்கையில்லாத பறவைகள்போல ரெயில் பெட்டியின் ஜன்னலில் எட்டிப் பார்ப்பதையும் இருட்டில் மறைவதையும் மரியாவின் அம்மா பார்த்தாள். முதலில் வந்தவர்கள் கிழவர்கள். அப்புறம் இளைஞர்கள். காயமடைந்த பட்டாளத்துக்காரர்கள், விதவைகள், உடம்பு முழுவதும் ரத்தம் சொட்டும் சிறுமிகள், அவர்களுக்கெல்லாம் பின்னால் அழுகிற முகமுள்ள குழந்தைகள். மரியா அம்மாவின் உதடுகள் நடுங்கத்

பாதுஷா என்ற கால்நடையாளன்   59

தொடங்கின. அவர் மரியாவுக்கு மட்டும் கேட்கிற தழைந்த குரலில் கேட்டார்: "எங்கூட வர்றியா?"

திடீரென்று அவருடைய பிடியிலிருந்து மரியாவை இழுத்தாள் அம்மா. தன்னுடைய தேகத்துடன் இறுக்கிக் கட்டிக்கொண்டாள். அவளுடைய பயத்தின் மூச்சிரைப்பு ரெயில் சத்தத்தை மீறிக் கேட்டது. பீதியுடன் ரயில் பெட்டியின் ஜன்னல் கண்ணாடிகளை இறக்கிவிட்டாள்.

இருட்டின் கடுமைக்குள்ளே அலறல்போல கூவிக்கொண்டு ரயில் வேகத்தை அதிகமாக்கிக்கொண்டிருந்தது.

"அடுத்த ஸ்டேஷன்ல நான் இறங்கிடுவேன்" தணிந்த குரலில் தயங்கித் தயங்கி மரியாவின் அம்மாவிடம் சொன்னார் அவர்.

மரியாவின் உடம்பில் குளிர் ஏறுவதாக அம்மாவுக்குத் தோன்றியது.

அம்மாவின் முகத்தைப் பார்த்துச் சிரித்துக்கொண்டே "அம்மா அழறா" என்றாள் மரியா.

பெரும் முழக்கத்துடன் ரயில் ஒரு நதிக்கு மேல் கடந்து போனது அப்போது.

○○○

விடுமுறை நாள் ஆட்டம்

டெக்கமரான் கதையில் கொள்ளை நோயி லிருந்து தப்பியவர்களைப் போல வேலையின் சலிப்பிலிருந்து தப்பிய நான்குபேர்–தர்மபாலன், அசோகன், வினயன், தாஸ்–அந்த ஞாயிற்றுக் கிழமையும் நந்தாவனம் லாட்ஜில் எழுபதாம் நம்பர் அறையில் ஒரு குப்பி மதுவைச் சுற்றி ஒன்று கூடினார்கள். முதலாவது பெக் முடியும்போது அமுக்கமான பேச்சில் அறை ஒரு பாவ மன்னிப்புக் கூண்டாக மாறும். அப்புறமப்புறம், குறுக்கும் நெடுக்கும் சஞ்சரிக்கும் ஓசையின் புரளலில் அது மிகச் சீக்கிரத்தில் ஒரு சலவை எந்திரமாக மாறும். கடைசியில், அவர்கள் நான்கு பேரும் வெளியேறியதும் துர்நாற்றத்தாலும் ஆபாசத்தாலும் பொதுக் கக்கூசைவிட அசிங்கமாகும் அந்த அறை அடுத்த ஞாயிற்றுக்கிழமை மட்டும் திறக்க விதிக்கப்பட்டு பெரிய தாழ்ப்பாளின் சிறையில் ஒடுங்கும். அதனால்தானோ என்னவோ இன்று அரசாங்கத்தைப் பற்றிய விவாதமோ பெண்டாட்டி யுடன் போட்ட சண்டையோ பஸ்ஸிலோ அல்லது வழியிலோ பார்த்த இளம் பெண்ணின் உடல் வர்ணனையோ வேண்டாம் என்று தீர்மானித்து பதிலுக்கு ஏதாவது கதை சொல்வதோ அதுவு மில்லையென்றால் சேர்ந்து உட்கார்ந்து ஏதாவது விளையாடவோ செய்யலாமென்ற முடிவுக்கு அவர்கள் வந்திருந்தார்கள்.

ஆனால் ஒரு சின்ன விவாதத்திலேயே கதையின் சிக்கலை அவர்கள் சீக்கிரம் கண்டுபிடித்தார்கள்.

விவாதமோ புறம்பேசலோ எதுவுமாகட்டும். அது இன்றைக்குக் கதையில் பொருந்தக்கூடியதுதான். அதிகம் எதற்கு. டாக்டர் ஒரு நாளுக்காக எழுதித் தருகிற மருந்துச் சீட்டைத் தலைப்புடன் கொடுத்தால் அது ஒரு கதைதான். ஆனால், ஒரு புதிய கதையைச் சொல்லத் தொடங்கினால் மறுபடைப்பால் கடவுளாக்கப்பட்ட கதாபாத்திரங்கள் எப்போது உள்ளே நுழைவார்கள் என்றும் சொல்ல முடியாது. அவர்கள் நம்மைப் பார்த்துச் சிரித்தும் கையசைத்து அழைத்தும் மாரீசனைப்போல ஆசைகாட்டித் தூரமாகக் கொண்டுபோய்விடுவார்கள்.

கடைசியில் சதி தெரிய வரும்போது நாம் பிரிய வேண்டிய நேரமாகிவிடும். அதனால் கதையிலிருந்து வெளியேற ஒரே ஒரு வழிதான் இருக்கிறது. அது ஆட்டம். அப்படியாக அவர்கள் கதையை விட்டுவிட்டு திருடன் போலீஸ் ஆட்டமாடத் தீர்மானித்தார்கள்.

சின்ன வயதில் எப்போதோ விளையாடிய நினைவு திரும்பவராமல் வருத்தப்பட்டவர்களுக்கு தர்மபாலன் விளையாட்டின் முறையையும் விதிகளையும் ஞாபகப்படுத்தினான். நாம் நம் நாலுபேருக்காகவும் நான்கு காகிதத் துண்டுகளில் ராஜா, மந்திரி, போலீஸ், திருடன் ஆகிய பெயர்களை எழுதிப் போடுவோம். நாலு பேரும் காகிதத் துண்டை எடுக்கிறோம். இதில் போலீஸ் என்று எழுதிய துண்டை எடுத்தவன் யார் திருடன் என்று சொல்லவேண்டும். போலீஸ், ராஜாவைத் திருடன் என்று அழைத்துவிட்டால் ஐந்து அடி கிடைக்கும். மந்திரியைத் திருடன் என்றால் மூன்று அடி. கடைசியில் திருடனை விசாரணை செய்வோம்.

விளையாட்டுக்கு முன் எல்லாரும் ஒவ்வொரு பெக் மதுஅருந்தினார்கள். அசோகன் காகிதத்தில் பெயர்களை எழுதிச் சுருட்டி கைகளுக்குள் வைத்துக் குலுக்கிப் போட்டான். நான்குபேரும் ஒவ்வொரு காகிதச் சுருளை எடுத்தார்கள். இதற்கிடையில் தர்மபாலன் எல்லாருக்கும் இன்னொரு பெக் ஊற்றினான்.

அசோகன் சொன்னான்: "நான்தான் போலீஸ்."

"பரவாயில்லை. பத்திரிகையாளனின் வேலை ஒரு அர்த்தத்தில் போலீஸ் வேலைதானே?" சின்னச் சிரிப்புடன் வினயன் கேலி செய்தான்.

"அவனுங்க மலத்தையும் மூத்திரத்தையும் சாப்பிட வெக்கிறாங்க. இவனுங்க அதைவிட அசுத்தமான வார்த்தைகளை நம்மைத் தின்ன வெக்கிறாங்க."

அசோகனுக்குக் கோபம் வந்தது: "இந்த இளக்காரப் பேச்சு வேண்டாம்."

தர்மபாலன் இரண்டு பேருக்குமாகச் சொன்னான்: "இன்னைக்கு சண்டையும் சச்சரவும் வேண்டாம்."

அசோகனும் வினயனும் பேசாமலிருந்தார்கள். அசோகன் இன்னொரு பெக் அடித்தான்.

திருடனைக் கண்டுபிடிப்பதுதான் போலீஸின் பொறுப்பு. அசோகன் தர்மபாலனைப் பார்த்தான். தர்மபாலன் சிகரெட் புகையால் வளையங்கள் போட்டு மேலே ஊதிவிட்டுக் கொண்டிருந்தான். வினயன் பற்களுக்கிடையில் எதையோ தோண்டிக்கொண்டிருந்தான். தாஸ் அசோகன் முகத்தைப் பார்த்துச் சிரித்துக்கொண்டிருந்தான். ஆர்.டி.ஓ. அலுவலக ஊழியன் தர்மபாலன் அல்லது பதிவுத்துறை வினயன், அதுவுமில்லையென்றால் டியூசன் மாஸ்டரான தாஸ். இவர்களில் யார் திருடன்? அந்த அரை வட்டத்தில் திருடன் எங்கே ஒளிந்திருக்கிறான் என்று இயல்பான விசாரணை ஆர்வத்துடனும் இரண்டு பெக்கின் வீரியத்திலும் அசோகன் பார்த்துக்கொண்டிருந்தான்.

"பதில் தப்பாப் போச்சுன்னா அடிதான் தண்டனை" என்று தாஸ் அசோகனுக்கு நினைவு படுத்தினான்.

தண்டனையை நினைத்ததும் விசாரணையின் துணிச்சலை விட்டு அசோகனின் உள்ளங்கை வலித்தது.

"அடி என்ற தண்டனையை மாற்றலாம் அஞ்சு அடிக்குப் பதில் இருநூறு ரூபா. மூணு அடிக்குப் பதில் நூறு ரூபா" என்றான் அசோகன்.

மூன்று பேரும் தலையை ஆட்டினார்கள். அந்த அமைதிக் குள்ளே மறுபடியும் போலீசாக நுழைந்தான் அசோகன். தர்மபாலன்தான் திருடனாக இருக்கக்கூடும். சி.பி. ராமசாமி ஐயரும் ஜெயராம் படிக்கல்லும்தான் தர்மனின் ஆராதனைப் பாத்திரங்கள். நெருக்கடி நிலைக்காலத்தில் இந்திரா காந்தியின் போட்டோவைப் பாக்கெட்டில் வைத்துக்கொண்டுதான் திரிந்தான். ஸ்ரீ ராம பக்தன். அடக்கமான பேச்சு. கிடைக்கிற கையூட்டில் ஒரு பங்கை எல்லாக் கடவுள்களுக்கும் பங்கிடுவான். பிராமணனுக்கு ஒளிசேவை பரம்பரையாகக் கிடைத்த வழக்கம் என்பதால் நானும் அதைக் கடைப்பிடிக்கிறேன் என்ற நியாயத்தில் எல்லாக் குறும்புகளையும் செய்வான். இவன்தான் திருடன். அசோகன் முடிவு செய்தான். தவறினால் இருநூறு ரூபாய்

தண்டம். கடவுளே, அசோகன் பயந்துபோய் இன்னொரு கிளாஸ் குடித்தான்.

தர்மபாலன் கையிலும் வினயன் கையிலும் மது காலியாகியிருந்தது. தாஸ் வேர்க்கடலையைக் கொறித்தபடி அசோகன் கண்ணில் தெரியும் எச்சரிக்கையைச் சிரிப்புடன் பார்த்துக் கொண்டிருந்தான்.

“திருடன் யாரென்று நான் சொல்லப் போகிறேன்” என்றான் அசோகன்.

மூவரும் தலையாட்டினார்கள்.

“இந்தக் கூட்டத்தில் திருடன் இதோ உட்கார்ந்திருக்கிற தர்மபாலன் தான்.”

வினயனும் தாஸும் தர்மபாலனைப் பார்த்தார்கள். தர்மபாலனுக்குக் கூச்சமே இல்லை. இன்னொரு மிடறு மதுவைக் குடித்து உதட்டில் படிந்த மதுவைத் துடைத்துவிட்டு தன்னுடையதல்லாத குரலில் கேட்டான்: “நான் திருடன்னு யாரு சொன்னது?”

அசோகன் தர்மபாலனின் கண்களின் சிவப்பைப் பார்த்தான். ஒரு நிமிடம் அசோகன் பதறினான். பிறகு தைரியத்தை மீட்டுக்கொண்டான். “தர்மன்தான் திருடன்.”

தர்மபாலன் உரக்கச் சிரித்தான். அந்தச் சிரிப்பு பெரிய பறவையின் சிறகடிப்பைப்போல அந்தச் சிறிய அறைக்குள் கொஞ்ச நேரம் விகாரமான சத்தத்தில் அலைந்தது. மூவரும் தர்மபாலனைப் பார்த்தார்கள். கத்தியை உறையிலிடுவதைப் போல அவன் சீக்கிரம் தன்னுடைய சிரிப்பை உள்நாக்கின் ஆழத்துக்குள் திரும்பப் போட்டுவிட்டு காகிதத்தை அவர்கள் முன்னால் நீட்டினான் – ராஜா.

அசோகன் சின்னத் தயக்கத்துடன் காகிதத்திலிருந்து கண்களைத் திருப்பினான்.

தர்மபாலன் சொன்னான்: “இருநூறு ரூபாய் அபராதம்.” அசோகன் ரூபாயை நடுவே வைத்தான்.

“உம். இனித் திருடனைக் கண்டுபிடி” தர்மபாலனின் குரல் உயர்ந்தது.

அசோகன் வினயனையும் தாஸையும் பார்த்தான். வினயன் அசோகனைப் பார்த்துச் சிரித்தான். அந்தச் சிரிப்பு தனக்கு நேர்ந்த அபத்தத்தைப் பற்றிய கேலி என்று அசோகனுக்குப் புரிந்தது.

சிரித்து முடித்து சொத்தையான பற்களுக்கிடையிலிருந்து கடலையையும் மற்ற உணவுப் பொருட்களின் எச்சிலையும் தேடுவதற்காகத் துடைப்பக்குச்சி ஆயுதத்துடன் வினயனின் விரல்கள் வாய்க்குள்ளே நுழைந்தன. தாஸ் கையிலிருந்த காகிதச் சுருளைத் திருவுளச் சீட்டைப் போல அவ்வப்போது விரித்துப் பார்த்து மது அருந்திக்கொண்டிருந்தான்.

அசோகன் வினயனைப் பார்த்தான். அவன் பற்களுக் கிடையில் தேடத் தொடங்கியிருந்தான். இவன்தான் திருடன். உலகத்தின் மேல இளப்பம். நான் நான் என்ற அகந்தை. கிடைக்கிற சம்பளத்தையெல்லாம் வட்டிக்கு விட்டுவிட்டு பெண்டாட்டி வீட்டில் சுகமாக வாழ்கிறவன். உலகத்துக்கு என்ன நடந்தாலும் தன் காரியம் மட்டுமே யோசிக்கிறவன். அவ்வப்போது என்னுடைய அப்பாவும் பிராமணனாக்கும் என்று சொல்லி கண்ணுக்குத் தென்படாத பூணூலால் தர்மபாலனின் நட்பைப் பலப்படுத்திக்கொள்ளுபவன். இவனைத் தவிர யாரால் திருடனாக முடியும்?

"போலீசே, திருடன் யார் என்று சொல்லு" தர்மபாலன் கத்தினான்.

"தர்மா, எனக்குக் கொஞ்சம் கூட அவகாசம் வேணும்" என்றான் அசோகன்.

"தர்மனல்ல" கட்டளைக்குரலில் தர்மபாலன் திருத்தினான் "ராஜா."

"மன்னிக்க வேண்டும் ராஜாவே, நான் திருடனைக் கண்டுபிடித்துவிட்டேன்." என்றான் அசோகன்.

தர்மபாலன் மூன்றுபேரையும் மாறிமாறிப் பார்த்துவிட்டு தன்னுடைய குரலில் நாடகத்தன்மை சேர்த்து கைகளை அசோகன் முன்னால் நீட்டிக்கொண்டு சொன்னான்: "போலீசே, நீங்கள் திருடனைக் கண்டுபிடித்துவிட்டீர்களா? யார் அவன்?"

தர்மபாலனின் நடிப்பைப் பார்த்து வினயனும் தாசும் முகத்துக்கு முகம் திரும்பிச் சிரித்தார்கள்.

அசோகன் தர்மபாலனை வணங்கிய பின் சொன்னான் "ராஜாவே, இதோ உட்கார்ந்திருக்கும் இந்தத் தாடிக்காரன்தான் திருடன்."

தர்மபாலன் தனக்கு இடதுபக்கமாக உட்கார்ந்திருந்த வினயனைப் பார்த்தான். அவன் அப்போதும் வாயைத் திறந்து பற்களுக்கிடையில் எச்சில் துணுக்கைத் தேடிக்கொண்டிருந்தான்.

“இவனா? இந்தப் பிளந்த வாயனா?” என்று சந்தேகத்துடன் அசோகனிடம் கேட்டான் தர்மபாலன்.

“ஆம், ராஜாவே!” அசோகன் பணிவுடன் சொன்னான்.

“ஏய், தாடிக்காரா, நீங்கள் திருடன் என்று என்னுடைய போலீஸ்காரர் சொல்லுகிறார். உண்மையா?” என்று தர்மபாலன் வினயனிடம் கேட்டான்.

வினயன் வாய்க்குள்ளேயிருந்து விரலை எடுத்து கையிலிருந்த துடைப்பக்குச்சியை மடியில் வைத்துவிட்டு பாக்கட்டில் சுருட்டிப் போட்டிருந்த காகிதத்தை விரித்து தர்மபாலனிடம் காட்டினான்.

தர்மபாலன் உரக்கச் சிரித்தான்: “அடே போலீசே, இது யார் என்று உனக்குத் தெரியுமா?”

இல்லையென்று தலையாட்டினான் அசோகன்.

“இதுதான் என் மந்திரி” என்று கட்டளையிட்டான். “நூறு ரூபாய் அபராதம்.”

அசோகன் அபராதமாக நூறு ரூபாயை நடுவில் வைத்தான்.

வழக்கம்போல மூன்றாவது பெக்கில் தலை ஒரு பக்கமாகச் சரியத் தொடங்கி சின்னத் தள்ளாட்டத்துடன் உட்கார்ந்திருக்கும் தாசை தர்மபாலனும் வினயனும் அசோகனும் பார்த்தார்கள்.

அசோகன் தாசைச் சுட்டிக்காட்டிச் சொன்னான் “ராஜாவே, இவன்தான் திருடன்.”

“இவனா திருடன்? இவன் எதைத் திருடினான்?” தர்மபாலன் கேட்டான்.

தாஸ் சின்னத் தள்ளாட்டத்துடன் சொன்னான் “நான் திருடனில்லை.”

அசோகன் ஒரே உறிஞ்சலில் இன்னொரு பெக்கைத் தீர்த்துவிட்டுச் சொன்னான்: “ராஜாவே, நான் இவனை தங்களின் அந்தப்புரத்துக்கு அருகில் பார்த்தேன். சின்ன ஒரு மல்யுத்தத்துக்குப் பிறகுதான் இவனை வீழ்த்த முடிந்தது. நான் இவன் கை கால்களையும் சேர்த்து மரத்தோடு கட்டிப்போட்டேன். எவ்வளவு கேட்டபோதும் இவன் பெயரையோ ஊரையோ வீடு எங்கே இருக்கிறது என்பதையோ சொல்லவில்லை. ஆனால், இந்த அரண்மனையைக் கொள்ளையடிப்பேன் என்றும் இங்கே குவித்து வைத்திருக்கிற பணத்தையும் தானியங்களையும் மக்களுக்குப் பங்கு போட்டுக்கொடுப்பேன் என்றும் கையூட்டு வாங்குபவர்களையும் பெண்பித்தர்களையும் தூதர்களையும்

ராஜாக்களையும் மந்திரிகளையும் நாடு கடத்துவேன் என்றும் வீரவசனம் பேசிக்கொண்டிருந்தான். இந்த ஆட்சியை மக்கள் விரும்பவில்லை என்றும் கீழ் சாதிக்காரர்கள் இந்த நாட்டை ஆட்சிசெய்வார்கள் என்றும் போலீஸ்காரனாக அடிமைவேலை செய்யாமல் இவன் சொல்வதைப் புரிந்துகொண்டு அவனோடு சேர்ந்துகொள்ளவேண்டும் என்றும் வீரவசனத்துக்கு இடையில் என்னிடம் சொன்னான்."

தர்மபாலன் இதைக் கேட்டதும் தன்னுடைய நாற்காலியிலிருந்து துள்ளி எழுந்து தாஸின் முகத்தில் எட்டி உதைத்தான். தாஸ் பின்பக்கமாக உருண்டு விழுந்தான்.

தர்மா நீ என்ன செய்கிறாய்? என்று சொல்லிக்கொண்டு தர்மபாலனின் கையைப் பிடித்த வினயனிடம் நீ மந்திரி என்றும் இப்படித் தான்தோன்றித்தனமாகப் பேசிக்கொண்டு திரிகிறவனைத் தண்டிக்க வேண்டியது ராஜாவின் கடமை என்றும் சொன்னான் தர்மபாலன். வினயன் தலைகுனிந்து நின்றான்.

தரையில் விழுந்து கிடந்த தாஸ் எழுந்திருப்பதற்கிடையில் அவனை மறுபடியும் உதைத்துவிட்டுக் கேட்டான்: "அடே திருடா, நீ என்னுடைய அந்தப்புரத்தைக் கொள்ளையடிப்பேன் என்றும் எங்களை நாடு கடத்துவேன் என்றும் சொன்னாயா?"

தாஸ் தரையில் கிடந்து தர்மபாலனைப் பார்த்தான். மூன்று பெக்குகளின் பொய்க்காலில் நிற்கும் மூலையில் அப்போது சவிட்டு நாடகத்தில் வருவதைப்போலக் கால்களைத் தூக்கிக்கொண்டு ராஜாவைப் போல வேஷம் கட்டிய தர்மபாலன் நிற்பதைப் பார்த்து தாசுக்குச் சிரிப்பு வந்தது.

"நான் ஒரு டியூஷன் மாஸ்டர். குழந்தைகளுக்குப் பாடம் சொல்லித் தருவதுதான் என் வேலை."

தர்மபாலனுக்குக் கோபம் வந்தது. "மந்திரி, இவன் என்ன பிதற்றுகிறான்?"

"ராஜாவே அவன் நன்றாகக் குடித்திருக்கிறான். அதனால்தான் உளறுகிறான்." என்றான் அசோகன்.

வினயனும் அசோகனும் தாசைத் தாங்கிப் பிடித்து அறையின் அழுக்கேறிய சுவரோடு சாய்த்து நிற்கவைத்தார்கள்.

தர்மபாலன் அலறினான்: "ராஜத் துரோகக் குற்றம் சுமத்தி இவனைத் தூக்கிலிடும்படி நான் தீர்ப்பளிக்கிறேன்."

அசோகனும் வினயனும் தர்மபாலனைக் குனிந்து வணங்கிக்கொண்டு இரு பக்கமும் நின்றார்கள். அவ்வப்போது

அடிபட்டுக்கொண்டிருந்த உடம்பை தாஸ் சுவரோடு சேர்த்து நிறுத்திக்கொண்டிருந்தான்.

"இவனை இந்த ராஜத் துரோகியைத் தூக்கிலேற்றிக் கொல்வதற்கான நேரம் நெருங்கிவிட்டது. எல்லாம் தயார்தானே?" என்று வினயனையும் அசோகனையும் பார்த்துக் கேட்டான் தர்மபாலன்.

அவர்கள் தலையாட்டினார்கள்.

அசோகன் உணவுப் பதார்த்தங்கள் கட்டிவந்த சணல் சரடுகளைத் தூக்குக்கயிறாக்கி தாசின் கழுத்தில் மாட்டினான்.

"சே, இதென்ன கோமாளி விளையாட்டு?" என்று கேட்டபடியே தர்மபாலன் அந்தச் சரடை அவிழ்த்து வீசினான். "இதைவிடக் கெட்டியான கயிறு இங்கே இல்லையா?"

கனமான கயிற்றுக்காக அறை முழுவதும் தேடினார்கள். கடைசியில் ஏமாற்றமடைந்த அசோகனும் வினயனும் "இல்லை ராஜாவே, இதுமட்டுந்தான் இங்கே இருக்கிறது" என்றார்கள்.

தர்மபாலன் தாசைப் பார்த்தான். மதுக் குப்பியின் கழுத்தில் அவன் கை இறுகியது. அந்தக் குப்பியைக் காற்றில் வீசியெடுத்து மேசையில் அடித்தான். பெரும் ஓசையுடன் அது உடைந்து நொறுங்கியது. உடைந்த குப்பியுடன் பெரும் ஆவேசத்துடன் தர்மபாலன் தாசின் முன்னால் குதித்தான். வயிற்றில் ஆழமாக இறங்கிய குப்பியுடன் கண்கள் பிதுங்க தாஸ் தரையில் ஊர்ந்து இறங்கினான். திருடன் போலீஸ் ஆட்டத்துக்குப் பிறகு அடுத்த விடுமுறை நாள் வரைக்கும் நந்தாவனம் லாட்ஜின் எழுபதாம் நம்பர் அறை மூடிக் கிடந்தது.

○○○

68 உண்ணி. ஆர்

பூச்சி உலகம்

என்னுடைய மாமா பட்டாளத்திலிருந்தார். டெல்லியில் குடியிருந்தார். எப்போதாவதுதான் ஊருக்கு வருவார். வந்தாலும் ஒன்றோ இரண்டோ வாரத்தில் திரும்பிவிடுவார். முந்தாநாள் மாமா அழைத்திருந்தார். டெல்லி வாழ்க்கையை முடித்துக் கொண்டு ஊருக்கே வந்துவிடப் போவதாகச் சொன்னார். மாமாவின் மாமனார் முன்பு வாங்கிப் போட்டிருந்த பழைய வீடு இருக்கிறது. கடந்த பத்துவருடங்களாக அங்கே ஒரு பாதுகாப்பாளன் மட்டும் வசிக்கிறான் – உரூஸ். அந்த வீட்டை சுத்தம் பண்ணிக் குடியிருப்பதுதான் மாமாவின் முடிவு. நான் செய்யவேண்டிய சில வேலைகளை மாமா என்னிடம் ஒப்படைத்தார். அவருடைய பழக்க வழக்கங்களைப் பற்றி நன்றாகத் தெரிந்தவன் என்பதனால் என்னிடம் இந்த வேலைகளை ஒப்படைத்திருந்தார். இந்த மாதிரியான வேலைகளை, குறிப்பாக மாமாவுக்காகச் சின்ன உதவிகளைச் செய்வது முன்பே எனக்குப் பிடித்த காரியம் என்பதனால் சந்தோஷமாக எல்லா வேலைகளையும் செய்கிறேன் என்று உறுதியும் கொடுத்திருந்தேன்.

இந்த வீட்டுக்கு மாமாவுடன் ஒரே ஒருமுறை மட்டும் வந்திருக்கிறேன். அன்றைக்கு இந்தப் பெரிய வீட்டையும் இதைச் சுற்றி வளைத்துக் கிடக்கும் தோட்டத்தையும் பார்த்து ஆச்சரியப்பட்டிருக்கிறேன். இன்று இங்கே நிற்கும்போது நிராசையும் வருத்தமும் தோன்றுகின்றன. வீட்டைச் சுற்றிப் போட்ட மதில்

காட்டுச்செடிகள் படர்ந்து மறைந்திருந்தது. முற்றத் தில் புல் வளர்ந்து கிடந்தது. தோட்டத்தைப் பார்க்கும்போது பயமாக இருந்தது. ஒரு பெரிய காடு.

வீட்டின் முன்கட்டிலும் திண்ணையிலும் கடவுள் சகாயத்தால் தூசோ அழுக்கோ எதுவுமில்லை. வராந்தாவில் மாட்டியிருக்கிற கண்ணாடிபோட்ட போட்டோக்கள் சுத்த மாகப் பராமரிக்கப்பட்டிருக்கின்றன. மாடியில் ஒன்றிரண்டு குளவிக்கூடுகள் இருந்தன. ஆனாலும் முற்றத்தையும் தோட்டத்தை யும் பார்க்கும்போது எனக்குக் கோபம் வந்தது. தோட்டம் காடு போலக் கிடப்பதைப் புரிந்து கொள்ளலாம். ஆனால் வாசல்? இங்கே இல்லாத செடிகளே இல்லை. அவையெல்லாமும் அவற்றின் இஷ்டத்துக்கு வளர்ந்துகிடக்கின்றன. ஒரு போகன்வில்லா வளர்ந்து வளர்ந்து ஓட்டுக்குமேலே மல்லாந்து கிடந்து பூத்திருக்கிறது. இதையெல்லாம் வெட்டி எறிந்திருந்தால் வாசல் பார்க்க அழகாக இருக்கும். அதெப்படி, பொறுப்பில்லாத ஆசாமியிடம் வீட்டை ஒப்படைத்து விட்டுப் போனால் காரியங்கள் இதைவிட மோசமாகத்தானே இருக்கும். உண்மையில் அந்த ஆசாமி – ஊரூஸ் – என் கையில் சிக்கினால் என்ன செய்வேன் என்று தெரியாத நிலைமையில் இருக்கிறேன். ஒருவேளை நான் அவனைக் கொல்லக்கூடத் தயங்கமாட்டேன். காட்டுச் செடிகள் படர்ந்து இருட்டு மட்டும் மிஞ்சியிருக்கிற வீட்டுச் சுற்றுப்புறத்தில் அவனுக்காகக் காத்துக்கொண்டு தனியாக இருக்கும்போது இப்படியெல்லாந்தான் யோசிக்கத் தோன்றும். அது என் தவறல்ல. தவறு என்று யாராவது நினைத்தால் அது என்னுடைய பிரச்சினையுமல்ல.

வாசலில் காலடிச் சத்தம் கேட்டது. வீட்டின் பின்பக்கமிருந்து யாரோ வருகிறார்கள். அவனாகத்தான் இருக்கும்–ஊரூஸ். அவனைப் பார்த்ததும் முதலில் என்ன செய்யவேண்டும்? கண்களை உருட்டலாம் அல்லது இரண்டு கெட்டவார்த்தை சொல்லலாம் அதுவுமில்லையென்றால் கூப்பிட்டு நிறுத்தி விசாரிக்கலாம். காலடியோசை பக்கத்தில் வந்துவிட்டது. நான் தோரணையாக உட்கார்ந்துகொண்டேன். ஆனால் வீட்டுக்குப் பின்னாலிருந்து வந்தது ஒரு ஆட்டுக்குட்டி அறிமுகமில்லாதவனைப் பார்ப்பதுபோல அது என் முகத்தைக் கொஞ்ச நேரம் பார்த்துவிட்டு கேட்டுக்குக் கீழேயிருந்த சின்ன இடைவெளி வழியாக நுழைந்து வெளியே போனது. அப்போதுதான் கேட்டுக்குக் கீழே இடைவெளி இருப்பதை நான் கவனித்தேன். பலமான இரும்பு கேட்டில் யாரோ வேண்டுமென்றே உண்டாக்கிய இடைவெளியாகத் தோன்றியது.

ஆட்டுக்குட்டி போன சிறிது நேரத்துக்குப் பிறகு ஒரு நாயும் அதன் நாலு குட்டிகளும் அந்த வழியாக வாசலுக்குள் நுழைந்தன. சின்ன ஊர்வலம்போல என்னைப் பார்க்காமலேயே வீட்டின் பின்பக்கமாகப் போயின.

சிறிது நேரத்துக்குப்பின் மறுபடியும் காலடியோசை கேட்டது. இந்தத் தடவை உறுதியாக இருந்தேன் அவனாகத்தான் இருக்கும் – உரூஸ். காலடிச் சத்தம் நெருங்கி வருவதுபோலத் தோன்றியது என்றாலும் சட்டென்று நின்றது. எனக்குச் சின்னதாக பயம் தோன்றியது. செடிகள் எதுவும் அசையவில்லை. மல்லிகைச் செடிக்குப் பக்கத்தில் என்னைப் பார்த்தபடி இருக்கும் பனிக்கூர்க்கை மெதுவாக அசைந்தது போலிருந்தது. இல்லை, எனக்குத்தான் அப்படித்தோன்றியது நான் முன்னாலிருந்த இலவமரத்தைப்பார்த்தேன். ஒற்றை இலைகூட அசையவில்லை. இலைகளின் மறைவில் ஒரு ஆந்தை உட்கார்ந்திருப்பதை அப்போதுதான் கவனித்தேன். அதன் கண்கள் குருடனின் வெற்றுப் பார்வையுடன் என்னை உற்றுப் பார்த்துக்கொண்டிருந்தன. நான் அதைக் கவனிக்காததுபோல என் பார்வையைத் தந்திரமாக மாற்றினேன். திடீரென்று செடிகளின் இருட்புதரிலிருந்து ஹூங்கார சத்தத்துடன் அது பறந்து போனது. அதன் சிவந்த கண்களிலிருந்து ஒரு சொட்டு ரத்தம் கீழே உதிர்ந்ததுபோலத் தோன்றியது. கொஞ்ச நேரம் வேறு எந்தச் சத்தமும் கேட்கவில்லை. சிறிது நேரத்துக்குப் பிறகு நாயும் அதன் குட்டிகளும் வந்ததுபோலவே வரிசையாக நடந்து வெளியே போயின. எல்லாவற்றுக்கும் பின்னால் போன நாய்க்குட்டி கேட்டுக்குப் பக்கத்தில் போய் என்னை ஒருமுறை திரும்பிப் பார்த்தது. என் கையிலிருந்த சிறிய கல்லை அதன் மேல் வீசினேன். கேட்டின் தகரத்தில் கல் மோதியது. சின்ன நாய்க்குட்டியின் குரலில் கேட் ஊளையிட்டது.

எனக்குப் பின்னால் பிரதான அறையின் ஜன்னல் திறக்கும் சத்தம் கேட்டுத் திடுக்கிட்டுத் திரும்பினேன். ஜன்னலின் இரண்டு கோடுகள்போன்ற கம்பிகளுக்குப் பின்னால் இரண்டு கண்கள். என்னுடைய பயம் அதிகமானது. மூச்சையடக்கி அந்தக் கண்களையே பார்த்துக்கொண்டிருந்தேன். சட்டென்று இருட்டுக்குள்ளே பின்வாங்கின அந்தக் கண்கள். பாத்திர அடுக்குகள் விழுகிற சத்தத்தில் கதவின் தாழ்ப்பாளை உள்ளே யிருந்து யாரோ அவசரமாகத் திறப்பதற்கிடையில் உட்கார்ந்திருந்த இடத்திலிருந்து நான் அறியாமல் எழுந்தேன். மெலிந்து கறுத்த ஒருவன் வீட்டுக்குள்ளேயிருந்து வெளியே வந்தான். பயமூட்டக்கூடிய உடம்போ கண்களில் பீதியூட்டும் கொடூரமோ இல்லாத சாதாரண மனிதன். அவன் என் முன்னால் வந்து நின்றான். பயத்தில் ஏணிப்படிகளின் உச்சியிலிருந்து கீழே

இறங்கிவர எனக்குக் கொஞ்ச நேரம் தேவைப்பட்டது. அந்த நேரம் முழுவதும் அவன் ஒரு வார்த்தைகூடப் பேசாமல் என்னுடைய சொல்லுக்காகக் காத்திருந்தான். நான் ஒன்றும் சொல்லவில்லை. எல்லாம் தெரிந்தவனைப்போல அவன் என்னை உள்ளே அழைத்துப்போனான். எனக்கான அறையைக் காண்பித்தான். நான் அறைக்குள்ளே புகுந்து கதவைச் சாத்திக்கொண்டேன். ஜன்னல் கண்ணாடியில் யாரோ பலமாகத் தட்டுவதைக் கேட்டுச் சட்டென்று திரும்பினேன். கண்ணாடியில் வெளிச்சம் விழுகிற ஓசையா அது?

இந்த வீட்டில் இரண்டு நாள் தங்கியிருந்ததில் எனக்குப் புரிந்த விஷயங்களில் ஒன்று உரூஸ் பேசமாட்டான் என்பது. என்ன சொன்னாலும் கேட்டுக்கொண்டு நிற்பான். சில சமயம் தலையாட்டுவான். மற்றச் சமயங்களில் அவன் செத்துப்போன மனிதனைப் போலத்தான். அந்தச் சமயத்தில் நான் உரக்கப் பேசவேண்டியிருக்கும். திடீரென்று அந்தக் கண்கள் பட படத்து தூக்கத்திலிருந்து விழித்தது போல முகத்தை உற்றுப் பார்த்துக்கொண்டிருக்கும். உரூசின் அந்தப் பார்வையில் இரண்டு கருமணிகள் என்னை நோக்கி ஊர்ந்துவருமோ என்று நினைத்து அந்த நேரத்தில் நான் பயந்திருக்கிறேன்.

யாரிடமும் கேட்காமலும் சொல்லாமலும் சில பெண்கள் வந்து புல்லறுப்பதையும் சில பிள்ளைகள் வந்து தேங்காயைப் பொறுக்கிக்கொண்டு போவதையும் நான் கண்டுபிடித்தேன். இதைப் பற்றி உரூசிடம் கேட்டேன் என்றாலும் அவன் பதில் பேசாமல் நின்றான். உரூசை வைத்துக்கொண்டே பெண்களிடமும் பிள்ளைகளிடமும் இனி இங்கே நுழைந்தால் காலை முறித்துவிடுவதாகச் சொன்னேன். அவர்களுடையதைப்போலவே உரூசின் முகமும் பயந்து போனதையும் பார்த்தேன்.

எலிகளின் தொந்தரவால் இங்கே வந்த பிறகு நான் சரியாகத் தூங்கவே இல்லை. சில நாட்களில் பரணில் சத்தம் திடுதிப்பென்று நின்றுவிடும். பிறகு கொஞ்ச நேரம் பூரண நிசப்தமாக இருக்கும். தப்பித்தோம் என்று ஆசுவாசமாகத் தூங்கத் தொடங்கும்போது அறைக்குள்ளிருக்கும் அலமாரி மேலேயும் மேஜைகள் மேலேயும் எலிகள் பாய்ந்து கொண்டிருக்கும். சிலசமயம் போர்வைக்கடியில் வந்து கால் கட்டைவிரலில் முகத்தை உரசிவிட்டு ஓடி மறையும். பயந்துபோய்ப் பார்க்கும்போது இருட்டில் அவற்றின் பளபளக்கும் கண்கள் மட்டும் தெரியும்.

வீட்டைச் சுத்தப்படுத்துவதன் முதல் படி என்ற நிலையில் எல்லா எலிகளையும் கொன்று தள்ளத் தீர்மானித்தேன். அதனால் உரூசிடம் ஒரு எலிப்பொறி வாங்கிவரச் சொன்னேன். அவன்

அதை முறைப்படி செய்தான். உரூஸ் மரியாதையானவன், காரிய சாமர்த்தியமுள்ளவன் என்று எனக்குச் சின்ன நம்பிக்கை தோன்றியது. எலிகள் அவனுடைய தூக்கத்தையும் கெடுத்துக்கொண்டிருந்திருக்கலாம். பத்து வருடமாக உரூஸ் எலிகளுடன் யுத்தம் செய்து தோற்றிருக்கலாம். அதனால்தான் அத்தனை உற்சாகத்துடன் அவன் எலிப்பொறியை வாங்கி வந்திருக்க வேண்டும்.

உரூஸ் எலிப்பொறிக்குள் மரவள்ளிக்கிழங்கையோ பழத்தையோ சிக்கவைத்தான். எலிகள் தினமும் பெட்டிக்குள் வந்து மாட்டிக்கொள்ளத் தொடங்கின. உரூஸ் அவற்றைக் கொல்வதற்காக எடுத்துப் போகவும் செய்தான். தினந்தோறும் செத்துக் குவிந்தாலும் எலித் தொல்லை குறையவே இல்லை. சில நாட்கள் முன்புவரை எலிகளுக்கு என்னிடம் கொஞ்சமாவது மரியாதை இருந்தது. ஆனால் இப்போது அவை பகைமையுடன் என்னை முறைத்துப் பார்த்தன. என்னுடைய பையின் நாடாக்களைக் கொறித்துத் துண்டித்தன. அவற்றின் வம்சத்தைக் கொன்று குவித்ததன் வஞ்சினமாக இருக்கலாம் இதுவென்று சந்தேகப்பட்டேன். ஆனால் தினந்தோறும் செத்தொழியும் போதும் இத்தனை எலிகள் மறுபடியும் பிறப்பதிலுள்ள அதிசயத்திலிருந்து நான் விடுபடவில்லை. அதனால் உரூஸ் எலிகளைச் சாகடிப்பதை மறைந்திருந்து கவனித்தேன். வீட்டுக்குப் பின்னாலிருக்கும் தோட்டத்தைச் சுற்றியுள்ள அரை மதிலில் அவன் பொறியை வைத்தான். மூடிக்குப் பக்கமாக ஒரு பழத்தையும் வைத்துவிட்டு மூடியைத் திறந்தான். பழக்கப்பட்ட குற்றவாளியைப்போல எந்த சங்கோஜமும் இல்லாமல் எலி பழத்தைத் தின்றது. பழத்தை தின்ற எலி ஒன்றோ இரண்டோ எட்டு நடந்ததும் விழுந்து சாவதுதான் பழக்கம். ஆனால் அந்த எலியோ பழம் முழுவதையும் தின்று தீர்த்து நன்றியுடன் அவனைப் பார்த்து எலிகளுக்கே உரிய சிரிப்பையும் முடித்துவிட்டு மாடிக்குப் போகும் வழியில் ஓடிப்போனது. ஒவ்வொரு நாளும் பழத்தையோ வேறு தானியங்களையோ கொடுத்து எலிகளைத் தப்பவைத்துக்கொண்டிருந்திருக்கிறான் உரூஸ்.

இனியுள்ள வாழ்க்கை பழக்கமில்லாத பிரதேசத்தைக் கைப்பற்றும் முயற்சிபோலக் கடினமானதாக இருக்கும் என்று தோன்றியது. அதனால் எலிகள் மீதான முற்றுகையைத் தொடரத் தீர்மானித்தேன். எலிகளுக்கும் உரூசுக்குமிருந்த உறவை நான் சுருக்குப்போட்டும் தண்ணீரில் மூழ்கடித்தும் கொன்றேன். எலிகளைக் கொல்லும்போது இத்தனை நாட்களாக என்னுடைய தூக்கத்தைக் கெடுத்த எதிரியின் மரணவேதனையைவிட உரூசின் பயத்தையும் இப்போது அழுதுவிடுவான் என்று தோன்றும்

குழந்தை முகத்தையும் பார்ப்பதுதான் எனக்கு சுவாரசியமாக இருந்தது.

ஒருநாள் குளித்துக்கொண்டிருந்தேன். வெளியில் யாரோ பேசிக்கொண்டிருக்கிறார்கள். புல் அறுக்க வந்தவர்களாகவோ தேங்காய்வெட்ட வந்தவர்களாகவோ இருக்கலாம். இன்றைக்கு என்கையில் அகப்பட்டால் கையையோ காலையோ ஒடிக்க வேண்டும். பேச்சு தெளிவாக இல்லை. அடங்கிய குரலாக இருந்தது. குளியல் அறைக் கதவின் மேலேயிருக்கும் சந்து வழியாக எட்டிப் பார்த்தேன். வாசலில் யாருமில்லை. சமையலறைப் பக்கமாக ஒரு கோழி திரிந்துகொண்டிருந்தது. இந்தக் கோழியை நான் முதல் தடவையாக இங்கே பார்க்கிறேன். இது எங்கேயிருந்தது வந்தது? அறைக்குள் ஏற்கனவே பல்லி, எட்டுக்காலி, கரப்பான் இடையிடையே மரநாய் எல்லாமும் இருக்கின்றன. இனி வாசல் முழுவதும் கோழிப் பீயாக இருக்கும். அங்கேயும் இங்கேயும் இறக்கையைக் குடைந்து உதிர்க்கும். சந்தர்ப்பம் கிடைத்தால் வீட்டுக்குள்ளே புகுந்து சோதனையும் நடத்தும். இதையெல்லாம் சாகடிக்கக் கொஞ்சம் விஷம் வாங்கவேண்டும். தலையில் தண்ணீரை ஊற்றும்போது மறுபடியும் பேச்சுக்குரல் கேட்டது. தண்ணீரை ஊற்றுவதை நிறுத்திப் பேச்சைக் கவனித்தேன். பேச்சு இப்போதும் தெளிவாக இல்லை. நான் மறுபடியும் மெதுவாக எட்டிப்பார்த்தேன். வாசலில் நின்றிருந்த கோழியைக் காணோம். அது நின்ற இடத்தில் ஒரு கறுப்புப்பூனை நின்றிருந்தது. அது என்னைப் பார்த்து ஒருமுறை கனமாகக் கத்தியது.

நான் குளித்து முடிப்பதற்குள் செய்து முடிக்கவேண்டிய சில வேலைகளை உரூசிடம் ஒப்படைத்திருந்தேன். கேட்டின் சந்தை அடைப்பது, வாசலில் மண்டியிருக்கும் புல்லைப் பறிப்பது, செடிகள் எல்லாவற்றையும் வெட்டியெறிவது. இதையெல்லாம் செய்து முடித்திருப்பான் என்ற எதிர்பார்ப்புடன் வீட்டின் முன்பக்கம் போனேன். ஒருவேலையையும் முடித்திருக்கவில்லை. தவிர, உரூசை அங்கே எங்கேயும் பார்க்கவும் முடியவில்லை. வெளிக்கதவு பூட்டியிருந்தது. அடுப்பிலிருந்து என்னவோ இறக்கி வைக்கப்பட்டிருந்தது. கலத்திலிருந்து ஆவி பொங்கிக் கொண்டிருந்தது. அவனைக் கூப்பிட்டுப் பார்த்தேன். பதிலில்லை. இவனைப் போன்ற பொறுப்பில்லாத ஆசாமியிடம் பரிவுகாட்டத் தேவையில்லை என்று தோன்றியது.

உரூசைத் தேடி ஓரிரு முறை வீட்டைச் சுற்றி வந்தேன். காணவில்லை. தயக்கமாக இருந்தபோதும் பயந்துகொண்டே பசுமையின் இருள் அடர்ந்து கிடக்கும் தோட்டத்துக்குப் போனேன். கொடிகளை விலக்கித்தான் வழி உண்டுபண்ணவேண்டும்.

இடையில் சில கொடிகள் கைகளிலும் கால்களிலும் சிக்கிக் கொண்டு பயமுறுத்தின. காற்றில் பல மணங்கள் வந்தன. சட்டென்று ஏதோ ஒன்று பயப்படுத்திக்கொண்டு கால்களுக்கடியில் பாய்ந்து ஓடியது. நான் திடுக்கிட்டுத் திரும்பி நின்றபோது அது அந்த வழியே என் முன்னாலேயே வேறு திசையில் பாய்ந்தது. அது ஒரு காட்டு முயல். ஒருவேளை இனிப் பாம்போ கீரியோ வேறு என்னவெல்லாம் இந்த இருட்டிலிருந்து வெளியே வரப்போகிறதென்று சொல்ல முடியாது. நான் திரும்பி நடக்க ஆரம்பித்தேன். அப்போதுதான் ஒரு பசுமாடு அனத்துகிற சத்தம் கேட்டது. ஒன்றிரண்டு எட்டு வைத்து முன்னால் போனால் மாமரத்தின் மறைவில் ஒரு பசு. கடவுளே, இவ்வளவு பெரிய பசு இந்தக் கேட்டின் சந்து வழியாக எப்படி நுழைந்தது என்று நான் ஆச்சரியப்பட்டேன். ஓசையெழுப்பாமல் இன்னும் கொஞ்சம் நெருங்கிப் போனபோது குளியலறையிலிருந்து கேட்ட அதே சத்தம். என்னுடைய உடம்பு நடுங்கத் தொடங்கியது. நான் மறுபடியும் இரண்டு எட்டு வைத்து பலாமரத்தின் மறைவில் நின்று பார்த்தேன். ஊரூஸ் பசுமாட்டுடன் பேசிக்கொண்டிருக்கிறான். என்னவென்று புரியவில்லை. ஒரு தத்துவஞானியைப்போலப் பசுமாடு தலையாட்டிக்கொண்டிருந்தது. எனக்கு ஒரே சமயம் பயமாகவும் ஆச்சரியமாகவும் இருந்தது. திடுமென்று அந்தப் பேச்சு நின்றது. பெரும் சிந்தனைப் பாரத்துடன் மாமரத்தடியிலிருந்து வடக்காக நடந்துபோனது பசுமாடு. அதுபோன வழியைக் கவனித்தேன். ஒரு பசு புகுந்து போவதற்குத் தோதாக மதில் சுவரில் ஒரு பெரிய இடைவெளி.

மாமாவும் குடும்பமும் இங்கே குடியிருக்கத் தொடங்கி இரண்டு மாதம் முடிந்தது. இந்த வீட்டுக்கு வரும்போதெல்லாம் நீ அந்த ஆசாமி ஊரூஸை எப்படிக் கழற்றிவிட்டாய் என்றும், இல்லை அவனைக் கொன்றுவிட்டாயா என்றும் மாமா ரகசியமாகக் கேட்பார். உண்மையில் நடந்தது இதுதான். தோட்டத்திலிருக்கிற மரங்களெல்லாம் கட்டிலாகவும் நாற்காலியாகவும் மேஜையாகவும் உருமாறுவதையும் தோட்டம் ஒரு செடிகூட இல்லாமல் வெளிச்சக் கடலாக மாறுவதையும் கனவு கண்டுகொண்டிருந்தேனே தவிர ஒரு இலையைக்கூட ஊரூசை வைத்துக் கிள்ளி எறிய முடியாத சூழ்நிலையில் இருந்தேன். அந்தச் சந்தர்ப்பத்தில்தான் தோட்டத்து மரங்களையெல்லாம் மரம் அறுப்பு மில்லுக்காரர்களுக்கு விற்றேன். தோட்டத்தையும் முற்றத்தையும் சுத்தப்படுத்த அவர்களே இரண்டு மூன்று வேலையாட்களையும் ஏற்பாடு செய்து கொடுத்தார்கள். வாசலில் நின்ற பலா மரத்தைத்தான் அவர்கள் முதலில் வெட்டினார்கள். கிளைகளைத் தறித்த பிறகு தாய்மரத்தை வெட்டும்போது ஊரூஸ் உயிரில்லாதவனைப் போல சமையற்கட்டில் பயந்து உட்கார்ந்திருந்தான்.

நான் மன நிம்மதியுடன் தூங்கப்போனது அந்த இரவுதான். தூக்கம் பிடித்து வரும்போது ஏதோ சத்தம் கேட்டு விழித்தேன். யாருமில்லை. ஒரு மின்மினி இருட்டுக்குக் குறுக்கே வெளிச்சத்தை வரைந்துகொண்டு வெளியே போனது. நான் மறுபடியும் தூங்க ஆரம்பித்தபோது மறுபடியும் அதே சத்தம். நான் கட்டிலை விட்டு எழுந்தேன். ஜன்னலுக்கு வெளியே யாரோ நிற்கிறார்கள். நிலா வெளிச்சத்தில் பின்பக்கம் மட்டும் தெரிய நின்ற அந்த உருவத்தைப் புரிந்துகொண்டே – உரூஸ். இந்த இரவில் என்னுடைய அறைக்கு முதுகைக் காட்டிக்கொண்டு இவன் எதற்காக நிற்கிறான் என்று முதலில் ஆச்சரியத்துடனும் பிறகு சின்ன பயத்துடனும் யோசித்தேன். தலையணைக்கு அடியில் வைத்திருந்த வெட்டுக் கத்தியை எடுத்துக் கொண்டேன். ஜன்னலை உடைத்துக்கொண்டோ சில சமயம் மாடியிலிருந்து குதித்தோ இவன் எப்படி வந்து என்னைத் தாக்கப் போகிறான் என்று நிச்சயமில்லாமலிருந்து. அவன் திடீரென்று திரும்பினால், அந்த முகம் பசுவைப்போலவோ பூனையைப் போலவோ தெரிந்தாலும் பயப்படக்கூடாது என்று என்னையே எச்சரித்துக் கொண்டேன். நீண்ட நேரத்துக்குப் பிறகு தண்ணீர்மேல் நடப்பதுபோலச் சத்தமில்லாத எட்டுவைத்து வாசலிலிருந்து தோட்டத்துக்கு நடந்தான். அப்போது அப்போதுதான் ஊர்ந்தும் பறந்தும் நடந்தும் கணக்கற்ற உயிரினங்கள் அவனைப் பின் தொடர்வதைப் பார்த்தேன். நான் மெதுவாக அறைக்கு வெளியே வந்தேன். பசுமையான ஒரு பெட்டகம் உருசையும் மற்ற ஜீவ ஜாலங்களையும் சுமந்துகொண்டு தூரமாக நகர்ந்து போவதுபோல எனக்குத் தோன்றியது. அந்தக் காட்சியைப் பார்த்துக்கொண்டு நிற்கும்போது ஒரு பெரிய பறவையின் நிழல் அபாரமான வேகத்தில் என் மேல் மோதியது. நான் பின்பக்கமாக விழுந்தேன்.

மாமாவிடம் இதைச் சொன்னால் கட்டுக்கதை என்று கேலி செய்வார். நிச்சயம்.

○○○

கடவுளின் பாவம்

என் தகப்பனை நீங்கள் என்ன செய்தீர்கள்?
நதாலி பாபேல்

பெரிய மசூதிக்குப் பின்னாலிருந்தது பழைய புத்தகக்கடை. நான் அங்கே போனபோது மச்சு அளவு உயரமுள்ள புத்தகக் குவியலிலிருந்து நல்லவனான பட்டாளக்காரன் ஷேக் போருக்கு அழைத்தான். சிலந்திகள் வலைகட்டிய பக்கத்து அடுக்கில் கே. விசாரணை செய்யப்பட்டுக்கொண்டிருந்தான். மற்றொரு அலமாரியின் பின்னாலிருந்து ஒலிலியான மனிதன் வெளியே வந்தான். நாங்கள் பரஸ்பரம் பார்த்துக்கொண்டோம். இன்னொருமுறை அவனுடைய கண்களைப் பார்ப்பதற்குத் தைரியம் இல்லாததனால் சட்டென்று புத்தகங்கள் மீது கவனத்தைத் திருப்பினேன். பாஷேவிஸ் சிங்கருக்கும் பால்சாக்குக்கும் இடையிலிருந்து மனம் கவரும் சிரிப்புடன் ஐசக் பாபேலின் முழுத் தொகுப்பு என்னைப் பார்ப்பதை நான் அப்போது கவனித்தேன். என் விரல்கள் ஓர் அம்பைவிட வேகமாக அந்தப் புத்தகத்தை அப்போது கொய்து எடுத்தது. எழுத்துகள் மறைந்துபோன பழைய ஏற்பாட்டின் பதிப்பு ஒன்று கச்சிதமில்லாத உடைக்குள்ளிருந்து நழுவுவதுபோல அதன் அட்டைக்குள்ளிருந்து நழுவியது. பாபேலின் பதற்றமும் பயமும் நிரம்பிய முகம் அச்சிட்ட அட்டை அப்போது என் கைகளில் பாதுகாப்பாக இருந்தது. அங்கே எங்காவது பாபேல்

இருக்கவேண்டும் என்று எனக்கு நிச்சயமாகத் தோன்றியது. நிதானமில்லாத மனதுடன் ஆனால் அக்கறையாக ஒவ்வொரு புத்தக அடுக்கிலும் நான் பாபேலைத் தேடினேன். ஆனால், கண்டுபிடிக்க முடியவில்லை. திரும்பிப்போகத் தொடங்கும் முன்பு அந்த மனிதன் மறுபடியும் என் முன்னால் வந்து நின்றான். மூடிக் கிடக்கும் ஒரு அறைக்கு முன்னால் என்னை அழைத்துப் போனான். ஒரு மெழுகுவர்த்தியை ஏற்றிக்கொடுத்துவிட்டு அறையைத் திறந்து கொடுத்தான். முதலும் நடுவும் முடிவுமில்லாத தையல் பிரிந்த புத்தகப்புழுக்கள் கத்தரித்து அலங்கோலமாக்கிய புத்தகங்கள் ஒவ்வொன்றிலும், ஒருவன் தனக்கு மிகப் பிரியமான ஒருவனைத் தேடுவதுபோல மூச்சையடக்கிக் கொண்டு நான் பாபேலைத் தேடினேன். இடையில் சில புத்தகங்களிலிருந்து கைகால்கள் பிய்ந்துபோவதுபோல சில தாள்கள் உதிர்ந்து போயின. வயது காரணமாகத் தடுத்து நிறுத்த முடியாதபடி அழுகிப்போயிருந்தன சில. எப்படியோ ஒளிந்து நுழைந்த காற்று வெளிச்சத்தை அணைக்க முயன்றது. மெழுகுவர்த்தி உருகி விழுந்து உள்ளங்கை கொப்பளித்தபோதுதான் நான் உணர்வுக்கு வந்தேன். மெழுகுவர்த்தி எரிந்து தீரவிருந்தது. அறையிலிருந்த கடைசிப் புத்தகத்தின் மீது வெளிச்சம் படரவிட்டபோது. தலைப்பு ரஷ்யமொழியிலிருந்தும் அந்த முகம் பரிச்சயமானதாகத் தோன்றியது. செருப்பு தைப்பவனின் மகன். முழுப்பெயர், இயோசப் விசாரியோநேவிச் ஷுகாஸ்விலி என்ற ஸ்டாலின். பின்னால் நான் கடந்துவந்த கதவு மூடிக்கொள்கிற ஓசை கேட்டது.

ஐசக் பாவேல்: ஸ்டாலின் தலைமையிலிருந்த கம்யூனிஸ்ட் அரசு கொன்ற மகத்தான ரஷ்ய எழுத்தாளர்.

○○○

பல வாழ்க்கைகள்

இங்கே சொல்லவிருப்பது வெறும் பரிசோதனை யைப் பற்றி மட்டுமே.

ஐந்து தளங்களுள்ள கட்டடத்தின் இரண்டாம் தளத்தில் மூன்று பேர் நிற்கிறார்கள். இவர்களை ஏ.பி.சி. என்று அழைக்கலாம். மூன்று பேரும் வெளிப்புறக்காட்சிகளைப் பார்த்துக்கொண் டிருக்கிறார்கள். அரை மணி நேரத்துக்குப் பின்னர் அவர்கள் பார்த்த காட்சிகளைப் பற்றிச் சிறு விளக்கக் குறிப்பு எழுதும்படி கேட்கப்பட்டிருந்தது. அவர்கள் எழுதியவை பின்வருமாறு:

ஏ:

சாலையில் நல்ல நெரிசல். நல்ல வேகத்தில்தான் வாகனங்களும் போகின்றன. வயதான ஒருவன் சாலையைக் கடப்பதற்காகக் காத்து நின்றுகொண்டிருக்கிறான். வண்டிகளின் வேகம் காரணமாக அவற்றுக்கிடையில் சாலையைக் கடக்க அவனால் முடிவதில்லை. அந்த மனிதனுக்குப் பின்னால் நடைபாதையையொட்டிய மதில் சுவரில் சினிமா போஸ்டர்கள் ஒட்டப்பட்டிருக்கின்றன. பாதசாரிகள் பலரும் அந்த போஸ்டர்களைப் பார்க்கிறார்கள். சிறிதுநேரத்துக்குப் பிறகு சாலையைக் கடக்க நின்ற பயணிக்கு அலுப்புத் தோன்றியிருக்க வேண்டும். அதனால் சாலையோரம் நிற்கிறான். ஏதாவது ஒரு வாகனம் தன்னுடைய வேகத்தைக் குறைத்து சாலையைக் கடக்கத் தனக்கு வழிவிடும் என்ற எதிர்பார்ப்பு அவன் முகத்தில்

இல்லாமலிருக்கிறது. அவன் சாலையில் திரும்பி நின்று சினிமா விளம்பரங்களை கவனிக்கத் தொடங்கினான்.

பி:

வாகனங்களை நிறுத்தக்கூடாது என்ற அறிவிப்புப் பலகைக்குக் கீழே ஒரு போலீஸ் ஜீப் நிறுத்தப்பட்டிருக்கிறது. ஜீப்புக்குள்ளே ஒரு மனிதன் உட்கார்ந்திருக்கிறான். இடையில் அவன் முகத்தைச் சொறிந்துகொள்வதற்காகக் கைகளை உயர்த்தியபோது இரண்டு கைகளிலும் விலங்கு பூட்டப்பட்டிருப்பதைப் பார்த்தேன். வழிப்போக்கர்கள் அவனை வேடிக்கையாகப் பார்த்தார்கள். சிலர் தள்ளி நின்று அவனைக் கவனித்துக்கொண்டிருந்தார்கள். அவனோ யாரையும் கவனிக்காமல் கையையும் தலையையும் முகத்தையும் சொறிந்துகொண்டிருந்தான்.

சி யின் தாள் வெறுமையாக இருந்தது.

இந்தச் சோதனையில் வேடிக்கையாக ஏதாவது தென் படுகிறதா? இல்லை என்பதும் ஆம் என்பதுமான இரண்டு பதில்களும் இயல்பானவை. அப்படியொன்றும் அசாதாரணத்துவம் கற்பிக்க முடியாத இந்தச் சோதனைக்கு என்னுடைய வாழ்க்கையுடன் தொடர்புள்ள சில சாட்சியங்களைக் கொடுக்க முடிந்தது. பெரும்பாலான நாட்களில் பத்திரிகை படித்துக் கொண்டிருக்கும்போது ஒரு வரியிலிருந்து அடுத்த பத்தியிலிருக்கும் விளம்பர வாசகத்துக்கு என்னுடைய கவனம் மாறிப்போவதுண்டு. விளம்பர வாசகத்திலிருந்து மிக வேகமாகவே மறுபடியும் செய்திக்குத் திரும்பி வருவேன். அதேபோலத்தான் நான் இப்போது இருக்கும் இந்த இடத்திலிருந்து ஒன்றுக்கொன்று சம்பந்தமில்லாத, காலக்கிரமமில்லாத, முன் தொடர்புகளில்லாத, அபத்தமென்றோ விசித்திரமென்றோ சொல்லக்கூடிய இன்னொரு காலத்துக்குச் சஞ்சரிப்பேன். அந்த நொடியிலும் நான் இங்கேதான் இருப்பேன். இதே இரண்டாம் தள அறையில் இதே நாற்காலியில் இதெல்லாம் எப்படி என்று யோசித்துக்கொண்டு. ஒரே காட்சியைப் பார்ப்பதும் ஒரே குரலைக் கேட்பதும் ஒரே மணத்தை நுகர்வதுமான அலுப்புக்கிடையிலும் முட்டாள்தனமென்று சொல்லக்கூடிய காரியங்களைச் சொல்லுவதாகச் சிலர் சுட்டிக்காட்டிய போதுதான் இரண்டோ அதற்கும் அதிகமாகவோ பெருகுகிற கணக்குப் பட்டியல்தானோ நான் என்று தோன்றியது. அதற்குக் காரணமான சில சம்பவங்களும் வாழ்க்கையில் நடந்திருந்தன.

சோவியத் யூனியன் சிதைந்ததில் எல்லாரும் மூக்கு மேல் விரல் வைத்தும் வருத்தப்பட்டும் நின்றபோது இனிமேல் குழந்தைகளுக்கு அட்டைபோட்டுக் கொடுக்கப் பளபளப்பான சோவியத்

யூனியன் காகிதங்கள் கிடைக்காதே என்று நான் சொன்னது பிரச்சினையாகிவிட்டது. இன்னொரு சமயம் அக்டோபர் புரட்சி தின விழா கொண்டாடிக் கொண்டிருந்தவர்களுக்கிடையில் நின்றிருந்தபோது ஜூரிச்சிலிருந்து மனைவியுடனும் காதலியுடனும் புரட்சியை நடத்துவதற்காக இருவருக்குமிடையில் உட்கார்ந்து வந்த லெனினைப் பார்த்துக்கொண்டிருந்தேன். தோழர் லெனினுக்குப் புரட்சி வாழ்த்துகள் சொல்லப்பட்டபோது மற்ற எவரை விடவும் உச்சத்தில் நான் முழக்கமிட்டேன். கைகளை ஆவேசமாக வானை நோக்கி உயர்த்தினேன். நான் அப்போதும் அங்கே தோழர்களுக்கிடையில்தான் இருந்தேன். ஆனால் லெனின் என்ற காதலனுடனும் கணவனுடனும் புகைவண்டியில் பிரயாணம் செய்துகொண்டுமிருந்தேன்.

மேற்சொன்ன சோதனைக்குச் சில சாட்சியங்களைக் கொடுக்க என்னால் முடிந்தது என்று சொல்லியிருந்தேனே? அது இந்த விஷயங்களுடன் சம்பந்தப்பட்டதல்ல. ஆனால், இந்த விஷயங்களுடன் சம்பந்தப்பட்டதும்கூட. வாக்கிய அமைப்பிலுள்ள இந்த ஒத்திசைவில்லாமையும் சிதறலான சிந்தனைகளும் என் முன்னால் உட்கார்ந்திருக்கும் எந்த ஆளையும் கருத்துக் குழப்பத்தில் தள்ளிவிடும். என்னுடைய ரீதி அது. அல்லது அது என்னுடைய ரீதியே அல்ல. அண்மையில் எனக்கு நேர்ந்த அனுபவத்தை இங்கே சொல்கிறேன். சொல்லிக்கொண்டு வருகிற காரியத்துடன் ஒருவேளை சமானமான அனுபவம். இலக்கியத்தைப்போல ஆர்வம் ஏற்படுத்தும் விருப்பம் எனக்கில்லாததனால் மேலே சொன்ன பரிசோதனைக்கு ஒப்பானது நான் சொல்லப் போகிற காரியம் என்பதை முன்கூட்டியே சொல்லிவிடுகிறேன்.

நிரந்தரமாக இங்கே வரும் ஒருவர் இருக்கிறார். அவருடைய பெயர் இங்கே தேவையில்லை. இன்னொருவருக்கு அந்தப் பெயர் தேவையானது. என்னைப் பொறுத்தவரை அந்த நபர் 'அவர்' மட்டுமே. கடந்த தினம் அவர் வந்தபோது நான் அவரிடம் இந்த அறையிலிருந்து வெளியே பார்த்து அங்கே தெரியும் விஷயங்களைச் சொல்லச் சொன்னேன். அவர் வர்ணனையைத் தொடங்குவதற்கு முன்பு அவருக்கு முதுகைக் காட்டியபடி திரும்பி சுவருக்கு நேராகக் கண்ணை மூடிக்கொண்டு உட்கார்ந்தேன்.

அவருடைய வர்ணனை பின்வருமாறு: 'நான் இங்கேயிருந்து பார்ப்பது நிறைய வண்டிகளையும் மனிதர்களையும்தான். நல்ல வெயில் என்பதால் பலரும் குடைபிடித்துக்கொண்டு நடக்கிறார்கள். ஒருவன் தனியாகக் கொடி பிடித்துக்கொண்டு அந்தக் கம்பெனியின் முன்னால் உட்கார்ந்திருக்கிறான். இளைஞன். நீலச்சட்டை அணிந்திருக்கிறான். சிறிய தாடியிருக்கிறது.

பாதுஷா என்ற கால்நடையாளன்

கம்பெனிக்குள்ளேயிருந்து இடையிடையே சில கார்கள் வருகின்றன. அங்கே வருகிறவர்களோ அல்லது அங்கிருந்து போகிறவர்களோ யாரும் அவனைக் கவனிப்பதில்லை.'

கம்பெனி வாசலில் போராட்டம் செய்துகொண்டிருக்கும் இளைஞனைப் பற்றித்தான் அவர் சொல்லிக்கொண்டிருந்தார். அவர் முழுவதையும் சொல்லி முடித்ததும் நான் உட்கார்ந்திருந்ததைப்போல சுவருக்கு நேராகக் கண்ணை மூடி உட்காரும்படி கேட்டுக்கொண்டேன். நான் அவர் நின்றிருந்த இடத்தில் நின்று வெளிக்காட்சிகளை விவரிக்கத் தொடங்கினேன். அதைப் பின்வருமாறு சுருக்கி எழுதுகிறேன்: 'சாலையை நோக்கித் திறந்திருக்கும் பெரிய ஜன்னலை என்னால் பார்க்க முடிந்தது. அது ஒரு அறையல்ல. ஒரு ஜன்னல் மட்டுமே இருக்கிற திறந்தவெளி. அங்கே ஒரு ஆணும் பெண்ணும் மட்டுமே இருந்தார்கள். ஆண் நீலச் சட்டை அணிந்திருக்கிறான். பெண் உள்ளாடைகள் மட்டுமே அணிந்திருக்கிறாள். பெண் அவனுடைய பாதத்திலிருந்து தலைவரை முத்தமிட்டாள். அவனுடைய உடைகளையெல்லாம் களைந்து நிர்வாணமாக்கினாள். ஒரு கடல் காக்கை இரண்டு பேருக்கும் மேல் சிறிது நேரம் வட்டமிட்டுப் பறந்தது. பெண் அவனைக் கட்டியணைத்தாள். ஆனால் அவனோ நீண்ட உறக்கத்தில் ஆழ்ந்து குறட்டை விட்டபடி நின்றுகொண்டிருந்தான். பெண் ஏமாற்றத்துடன் தரையில் குத்தவைத்து உட்கார்ந்திருந்தாள்'.

என்னுடைய இந்த வர்ணனைக்குப் பிறகு நான் அவரைத் திரும்பிப் பார்த்தேன். அவர் என்னைப் பார்த்து பற்களை நெரித்துக்கொண்டிருந்தார். அவர் ஏன் என்னைப் பார்த்து இப்படிப் பற்களை நெரிக்கிறார் என்று புரியவில்லை. துள்ளியெழுந்து நீங்கள் பார்த்த மனிதன் அந்தத் தொழிலாளி அல்ல என்று திரும்பத் திரும்பச் சொன்னார். நான் பார்த்த மனிதனுக்கும் கம்பெனி வாசலில் போராட்டம் நடத்துகிற தொழிலாளிக்கும் உருவ ஒற்றுமை இருந்தது என்பதே அவருடைய கோபத்துக்குக் காரணம் என்று எனக்குப் புரிந்தது. அது மட்டுமல்ல அந்தத் தொழிலாளியின் உருவத்தைத் தூங்கிக்கொண்டிருக்கும் மனிதன் மீது பொருத்த நான் மனப்பூர்வமாக முயற்சிக்கிறேன் என்று அவர் குற்றம் சாட்டினார். இங்கேதான் நான் எப்போதும் பிரச்சினையில் மாட்டிக்கொள்கிறேன். இதுபோன்ற அவநம்பிக்கைகள் நான் பார்ப்பதையெல்லாம் உண்மையற்றவை என்று தீர்ப்பளிக்கின்றன.

மறுநாள் அதிகாலையில் அவர் என்னிடம் வந்தார். நான் அப்போது வெறுமனே முகட்டைப் பார்த்து உட்கார்ந்திருந்தேன். வெறுமனே என்று சொன்னாலும் நான் வெறுமனே உட்கார்ந்திருக்கவில்லை. அவர் என்னருகில் அமர்ந்து சில

சங்கதிகளைச் சொன்னார். என்னுடைய கருத்துகள் அதாவது நான் பார்த்த காட்சிகள் உண்மையல்ல என்று நிறுவுவதே அவருடைய நோக்கம். அவர் சொன்னார்: 'நீங்கள் சொல்வதுபோலவோ நினைப்பதுபோலவோ அல்ல காரியங்கள். அவன் பதினைந்து வருடமாகக் கம்பெனியில் பணியாற்றுகிற தொழிலாளி. காலங்காலமாக நிர்வாகம் கடைப்பிடித்து வரும் மனித விரோத நிலைப்பாடுகளை அவன் கேள்விக்குட்படுத்தினான் என்பதைத் தவறென்று சொல்ல முடியுமா? கம்பெனி ஒவ்வொரு வருடமும் அபரிமிதமான லாபத்தை ஈட்டும்போது அதில் தொழிலாளிகளுக்கும் சிறிய பங்காவது தரவேண்டும் என்று சொன்னது தவறா? இதெல்லாம் பழைய காரியங்கள். கம்பெனியை ஒரு வெளிநாட்டு நிறுவனத்துக்குக் கைமாற்றும் முயற்சி சரியல்ல என்று சொல்லி தொழிலாளிகளைத் திரட்டியதற்காக இன்று அவன் வெளியேற்றப்பட்டிருக்கிறான். அந்நிய முதலீட்டை எதிர்க்க ஒரு தொழிலாளிக்கு உரிமையில்லை என்று சொல்ல முடியுமா? புதிய முதலாளிகள் வருவதோடு கட்டாய ஆட்குறைப்பு நடக்கும் என்று முன்னறிவிப்புச் செய்தது அவ்வளவு பெரிய குற்றமா? கம்பெனி அவன் மீது இரண்டோ மூன்றோ பொய் வழக்குகள் போட்டிருக்கிறது. அவனுடைய குடும்பம் பட்டினி கிடக்கிறது. அந்த மனிதனைப் பற்றி தயவுசெய்து தவறாகப் பேசாதீர்கள்.'

நான் தவறாக என்ன சொன்னேன்? தவறாக எதுவும் சொல்லவில்லை. நான் சொன்னது என்னைப் பொறுத்தவரை உண்மை. அவரைப் பொறுத்தவரை நான் சொன்னது பொய். அவர் சொன்ன எதையும் நான் நம்பாமலில்லை. உண்மையைப் பற்றியும் பொய்யைப் பற்றியும் வருடக்கணக்காக நடந்துவரும் விவாதத்துக்கு இங்கே எந்த அர்த்தமும் இல்லையென்று தெரியும். என்னைப் பொறுத்தவரை அன்றும் இன்றும் சின்னச் சந்தேகம் மட்டுமே மிச்சம். அது இதுதான்: நான் பார்ப்பது உண்மையானதும் இன்னொருவர் பார்ப்பது உண்மையல்லாததும் ஆவது எப்படி? தண்ணீர் நிரம்பிய ஒரு கிளாசைப் பார்க்கும்போது சில சமயம் நான் நீரை மட்டுமே பார்க்கிறேன். வேறு சில சமயம் கிளாசை மட்டும் பார்க்கிறேன். நீர் நிரம்பிய கிளாசாகவே பார்க்க வேண்டும் என்ற கட்டாயம் இருக்கிறதா? இலக்கியத்தில் கூறியது கூறல் என்று ஆட்சேபிக்கக்கூடிய சில உண்மைகளைப் பற்றித்தானே அந்தத் தொழிலுடன் தொடர்புள்ள ஒருவன் சொல்லுவான். வாழ்க்கையிலும் சரி, இலக்கியத்திலும் சரி, நான் அந்த அலுப்பைக் காண்பதில்லை. இன்னொருவருக்கு இது நிச்சயம் அலுப்பூட்டக்கூடியதாக இருக்கலாம். அப்படி நினைக்கும் ஒருவரிடம் நீங்கள் நினைப்பது தவறென்று

பாதுஷா என்ற கால்நடையாளன்

சொல்லவேண்டுமா? எனக்குத் தெரியவில்லை. உண்மை என்னவென்று புரிந்துகொள்ளுமாறு அவர் என்னை நிர்ப்பந்தம் செய்துகொண்டிருந்தார். எனக்குத் தெளிவுபடுத்த முயன்ற காரியங்களை என்னால் அங்கே காண முடியுமென்பதில் அவர் அவ்வளவு தீர்மானமாக இருந்தார். இப்படி நிர்ப்பந்தம் செய்யும் மனிதனை ஏமாற்றுவதிலுள்ள மனிதாபிமானமின்மை ஒன்றை மட்டுமே நினைத்துத்தான் அவர் சொன்னதுபோல அவர் நின்றிருந்த இடத்தில் நின்று வெளியே பார்த்தேன். ஆனால் நான் கண்ட காட்சிகள் பின்வருமாறு இருந்தன: ஸ்டாலினின் உருவப்படத்துக்கு முன்னால் ஆண்பெண் வித்தியாசமின்றி கிழவர்களும் இளைஞர்களும் சுயமைதுனம் செய்துகொண்டிருந்தார்கள். ஆண்களின் கைகளிலிருந்து கண்ணில்லாத மீன்கள்போலவும் இடையிடையே துடிப்புடனும் முட்டிக்குள்ளிருந்து லிங்கங்கள் வெளியே எட்டிப் பார்த்துக்கொண்டிருந்தன. பெண்களின் விரல்கள் தீனியைக் கவ்விய தாய்ப்பறவையின் அலகுபோல கூட்டுக்குள்ளே போவதும் வருவதுமாக இருந்தன. இதையெல்லாம் நான் உரக்கச் சொல்லத் தொடங்கியபோது பின்னால் எதுவோ உடைந்து நொறுங்குகிற ஓசை கேட்டது. அவர் இறங்கிப் போயிருந்தார்.

நேற்று மாலை அவர் மறுபடியும் வந்தார். நீண்ட நேரம் எதுவும் பேசாமல் என் முன்னால் உட்கார்ந்திருந்தார். ஒருவேளை அவர் அந்த நேரமெல்லாம் மௌனமாகப் பேசிகொண்டிருந்திருக்கலாம். நான் அவரைப் பார்த்தேன். அவர் என்ன பேசப் போகிறார் என்ற எதிர்பார்ப்பாகச் சுருங்கியிருந்தேன். அப்போது நான் வேறொன்றாக விகசித்துக்கொண்டுமிருந்தேன். சுயமைதுனத்தைப் பற்றி இலக்கியத்தில் எழுதுவது நைந்துபோன வார்த்தையைவிட ஆபாசமானது என்று சொல்லப்படுகிறது. ஆனால் நான் பார்த்தது எப்படி ஒரு அலுப்பூட்டும் வார்த்தையாக மாறும்? இடையிடையே நான் ஏன் இலக்கியத்தின் சில அடிப்படைகளை யோசித்து இப்படி அங்கலாய்க்கிறேன்? இது எதுவும் எனக்குத் தெரியாது. ஆனால் இதுவெல்லாம் எனக்குத் தெரியும்.

அவர் திடீரென்று பேச ஆரம்பித்தார். என்னுடைய பதிலுக்குக் காத்திராமல் பேசிக்கொண்டிருந்தார். அதனாலேயே அது நீண்ட தனிமொழியாக இருந்தது. உலகத்தில் நடைபெற்ற புரட்சிகள், சோவியத் யூனியனின் வரலாறு, ஏகாதிபத்தியம் என்று உலகம் சுற்றிய ஒரு சொற்பொழிவு. இப்படி ஒருவர் சொல்வதில் நான் வியப்படையவில்லை. அவரிடமிருந்து அதை எதிர்பார்க்கிறேன் என்று சொல்வது அகங்காரமுமல்ல. இன்னொருவருக்கு இது அகங்காரமாகத் தெரியலாம். ஒருவர் இந்த வழியாக நடந்து போனால் இந்த இடத்துக்குத்தான் வந்து

சேருவார் என்று சொல்லக்கூடிய வகையில் சில சந்தர்ப்பங்கள் எளிமையானவை. பெரும்பான்மையானவர்களின் வாழ்க்கையில் இப்படியெல்லாம் நடக்கும் என்று முன்கூட்டியே சொல்ல அல்லது முன்கூட்டியே காண முடிவது அதனால் தான். இந்த வரலாற்றுச் சொற்பொழிவுக்குப் பிறகு அவர் என்ன சொல்லப் போகிறார் என்பதும் எனக்குத் தெரியும். அவர் சொன்னதும் அதைத்தான்: அந்தத் தொழிலாளி மரணத் தறுவாயிலிருக்கிறான். அவனுடைய குழந்தைகள் நோயுற்று ஆஸ்பத்திரியில் கிடக்கிறார்கள். கம்பெனி அதிகாரிகள் எந்தச் சமரசத்துக்கும் தயாராக இல்லை. இரண்டு நாட்களில் அந்தக் கம்பெனியை வெளிநாட்டவர்கள் ஏற்றுக்கொள்ளுவார்கள். ஒரு குடும்பம் தற்கொலை செய்துகொள்வதைப் பார்க்க நேரும்.

அவர் பேசிக்கொண்டிருந்தபோது நான் கொஞ்சம்கூடப் பொறுமையின்மையைக் காட்டவில்லை. இப்படிப்பட்ட முடிவு எவரும் முன்னதாகவே காணக்கூடியதுதானே என்று இளப்பமாகவும் நினைக்கவில்லை. இந்த விஷயத்தில் அவர் கொண்டிருக்கும் நேர்மையையோ உணர்வையோ பாராததுபோலப் பாவனை செய்யவுமில்லை. ஆனால், நான் பார்ப்பது எதுவும் சரியல்ல என்ற நிர்ப்பந்த புத்தியுடன் திரும்பத்திரும்பச் சொல்லிக்கொண்டிருந்தபோது அவர் இவ்வளவு பதற்றப்படுவது ஏன் என்று சந்தேகித்தேன். கொஞ்சம் கூடப் பொறுமையில்லாமல் அவருடன் சேர்ந்து நின்று வெளிக்காட்சிகளைக் காண என்னைக் கட்டாயப்படுத்திக்கொண்டிருந்தார். நீங்கள் இந்தச் செய்தியையே பார்க்கவேண்டும், இந்தத் தண்ணீரையே குடிக்கவேண்டும், இந்தக் காட்சியையே காணவேண்டும் என்று கட்டாயப்படுத்த வேண்டிய அவசியமில்லை என்று அவருக்கு உணர்த்த முயல்வதற்குள் அவரது முகபாவம் மாறியதைக் கவனித்தேன். சதைகள் இறுகின. அவருடைய விரல்கள் என் மணிக்கட்டை நெரித்தபோது வலித்தது. இந்த எதிர்வினையும் நான் எதிர்பார்த்ததுதான். ஒருவர் பார்த்துக்கொண்டிருக்கும்போது அடுத்தவர் கண்ணை மூடிக்கொண்டிருக்கும் இந்தச் சிறுபிள்ளை விளையாட்டை முடிவுக்குக் கொண்டுவரவேண்டுமென்ற பிடிவாதமும் அவருக்கு இருந்திருக்க வேண்டும். வெளியே சுட்டிக்காட்டிக்கொண்டு என்னிடம் உரக்கச் சொன்னார் அவர்: "பார், கண்ணைத் திறந்து பார்... நான் சொல்வது உண்மையா இல்லையா என்று பார்."

இங்கேதான் பிரச்சினை. வேண்டுமானால் அவர் சொன்ன அந்தத் தொழிலாளியையும் அவனுடைய துன்பங்களையும்தான் நான் பார்க்கிறேன் என்று சொல்லலாம். ஆனால், நான் பார்ப்பது வேறு சில காட்சிகளாக இருந்தால்? முன்பே சொன்ன ஏ.பி.சி. ஆகியோரின் வர்ணனைகளைக் கொஞ்சம் யோசித்துப் பாருங்கள்.

யோசிக்க வேண்டுமென்ற கட்டாயமில்லை. ஆனால் நான் சில காட்சிகளைக் காண்கிறேன். ஒரு காக்கை மின்சாரக் கம்பியில் உட்கார்ந்து பாலன்ஸ் செய்ய முயற்சி செய்கிறது. ஒரு பெண் காருக்குள் உட்கார்ந்து லிப்ஸ்டிக் போடுகிறாள். ஒருவன் குசுவிட்டு தன்னுடைய மூக்கையே பொத்திக்கொள்ளுகிறான்.

நான் பார்ப்பது இதையெல்லாமென்று சொன்னதற்காகத்தான் அவர் என்னை உதைத்து அப்பன் பேர் தெரியாதவன் என்று கூப்பாடு போட்டுவிட்டு இறங்கிப் போனார். இன்னும் கொஞ்சம் பலமாக உதைத்திருந்தாரென்றால் இந்த இரண்டாம் தளத்திலிருந்து நான் கீழே விழுந்திருப்பேன்.

ooo

சக பயணம்

"எப்படிச் செத்துப் போறது?" ராதாமணி சுமதியிடம் கேட்டாள்.

"ரயில் முன்னால் விழலாம்" என்றாள் சுமதி.

"ஆனால்..." சின்ன சந்தேகத்துடன் ராதாமணி கேட்டாள்: "அது நம்மை இரண்டு பக்கமாக மோதி எறிஞ்சுட்டா?"

அதுவும் சரிதானென்று சுமதிக்குத் தோன்றியது. தண்டவாளத்துக்கு இரண்டு பக்கங்களில் சம்பந்த மில்லாமல் கிடக்க வேண்டியிருக்கும். அது வேண்டாம். மரணத்திலாவது இணைந்தே இருக்க வேண்டும்.

"ஆற்றில் குதிக்கலாம்" என்றாள் சுமதி.

"எனக்கு நீந்தத் தெரியும்" என்று வருத்தத்துடன் சொன்னாள் ராதாமணி.

"விஷம் குடித்தால்..." சின்ன நம்பிக்கையுடன் சுமதி கேட்டாள்.

"சில விஷத்தைக் குடிச்சா தொண்டை வெந்து போகும். சாகமாட்டோம்." சுமதி வருத்தத்துடன் ராதாமணியைப் பார்த்தாள். ராதாமணியும் வருத்தத்துடன் சுமதியைப் பார்த்தாள்.

"எனக்குக் கடவுள்கிட்டே கோபமா வருது."

"எதுக்காக?"

"எனக்குத் தெரியவில்லை. சும்மா ஏனோ கோபம் தோணுது." அப்போது ராதாமணிக்கு

சுமதியைக் கட்டிப்பிடித்து முத்தமிடத் தோன்றியது. சுற்று முற்றும் பார்த்துவிட்டு ராதாமணி அவளுடைய கையைக் கோர்த்துக்கொண்டாள்.

"செத்துப்போன பிறகு நாம் என்ன செய்வோம்?"

"எனக்குத் தெரியவில்லை" என்றாள் ராதாமணி.

"அதுதான் இதைவிட நல்லது."

ராதாமணி தலையாட்டினாள்.

"அதற்கு முன்னால் நாம் கட்டிப்பிடிச்சுக்கிட்டு ஒரு போட்டோ எடுத்துக்கணும்."

ராதாமணி சிரித்துகொண்டே தலையாட்டினாள்.

போட்டோகிராபர் விளக்குகளைச் சரிசெய்கிற நேரத்தில் சுமதி சொன்னாள் "நாம் கட்டிப்பிடிச்சுக்கிட்டு நிற்கலாம்."

சுமதி பின்னாலிருந்து கைபோட்டு ராதாமணியைத் தன்னோடு சேர்த்து நிறுத்தினாள். அதைப் பார்த்த போட்டோகிராபர் கோபப்பட்டார். "சீ, குழந்தே என்ன பண்ணறே? கொஞ்சம் தள்ளி நில்லு."

அவன் இரண்டு பேரையும் விலக்கி நிற்க வைத்தான். இரண்டு பேருடைய முகத்துக்கு நேராக விளக்குகளைத் திருப்பி வைத்தான்.

போட்டோகிராபர் காமிராவுக்குப் பின்னாலிருந்து சொன்னான்:

"கொஞ்சம் சிரிங்க."

இரண்டு பேரும் சிரிக்கவில்லை.

அவன் மறுபடியும் சிரிக்கச் சொன்னான்.

அவர்கள் சிரிக்கவில்லை.

சிரிக்காமலிருந்தால் மிகவும் அசிங்கமாக இருக்குமென்று அவர்களிடம் சொன்னான் அவன்.

சிரிக்கமுடிகிறபோது நாங்கள் வருகிறோம் என்று சொல்லி விட்டு ராதாமணியும் சுமதியும் கைகளைக் கோர்த்துக்கொண்டு, புதுமணத் தம்பதிகள், திருமண நாள் கொண்டாடுபவர்கள் எல்லாருடைய கண்ணாடிச் சட்டமிட்ட புகைப்படங்களைத் தாண்டி நடந்து போனார்கள்.

ooo

பத்து
கட்டளைகளுக்கிடையில்
இரண்டு பேர்

பட்டணத்திலிருந்து திரும்பும்போது இம்மானுவேலுடன் லேவியின் விதவையும் இருந்தாள். மாநிறமான அழகான இளம்பெண். அவளுக்குச் சொந்தமாக இருந்த காளைமாட்டை விற்றதில் அவளுக்குக் கிடைத்தது ஆயிரம் ரூபாய் மட்டுந்தான்.

"கொஞ்சம் சேத்துக் குடு" என்று கசாப்புக் காரனிடம் கேட்டுப் பார்த்தாள்.

அவன் கூர்மையான கண்களால் அவளை ஏறிட்டுப் பார்த்தான்.

"இது ரொம்பக் கொறைச்சல்" கசாப்புத் தொட்டியின் ரத்தக் கறை படிந்த தடுப்புக் கட்டையை இறுக்கிக்கொண்டு அவள் சொன்னாள்.

"வூட்டுல ஒரு ஆளைப்போலவாக்கும் நான் இதை வளத்துனேன். லேவிக்கு இது மேல என்னா பிரியம் தெரியுமா? என்னோட தரித்திரத்துனாலதான் விக்குறேன்."

கசாப்புக்காரன் தரையில் காறித் துப்பினான். ஈக்கள் அந்த எச்சிலை நோக்கிப் பறந்து வந்தன.

லேவியின் மனைவி அவனுடைய கருணைக்காக கசாப்புக்குத் தயாராக இருக்கும் மிருகத்தைப் போலப் பார்த்தாள்.

"இங்கே நின்னு சும்மா பொலம்பாதே" கசாப்பு முட்டிமேல் ஒரு பெரிய துண்டு மாமிசத்தை வீசிப் போட்டுக்கொண்டே அவன் சொன்னான்; "அவ்வளவு நோகுதுன்னா இந்த கெழட்டு மாட்டை ஒன்னைக் கெட்டினவனோட கல்லறையிலே கொண்டுபோயி படுக்க வை."

முந்தானையை வாயில் திணித்துக்கொண்டு சந்தைக் குள்ளே முண்டியடிக்கும் கூட்டத்துக்கு நடுவிலிருந்து வெளியே போவதற்கான வழியைத் தேடும்போதுதான் அவள் இம்மானுவேலைப் பார்த்தாள்.

"அவன், அந்தக் கசாப்புக்கடைக்காரன் கொடுமைக்காரனா இருக்கான். செத்துப் போனவங்க கிட்டகூட இரக்கம் காட்ட மாட்டேங்கிறான்" என்று இம்மானுவேலின் கைகளைப் பிடித்துக்கொண்டு அழுதாள்.

இம்மானுவேல் அவளை கூட்டத்திலிருந்து விலக்கி தன்னோடு சேர்த்து நிறுத்திக்கொண்டான். அவள் அழுது கொண்டேயிருந்தாள்.

கூட்டத்தின் நெரிசலால் உருவான லேசான இருட்டிலிருந்து இருவரும் நகர்ந்து பட்டணத்துக்கு வெளியே போகும் வழியை அடைந்ததும் லேவியின் விதவை கேட்டாள்: "இம்மானுவேல், நான் செஞ்சது தப்பா?"

இம்மானுவேல் நரையேறிய தன்னுடைய இமைகளைச் சிமிட்டியதைத் தவிர எதுவும் சொல்லவில்லை.

"நான் என்ன பண்றது. அந்தப் பாவம் சீவனை இனியும் வளத்த என்னால முடியாது" என்றாள்.

ஐந்தாறு பேர் கொண்ட ஒரு மௌன ஊர்வலம் அவர்களைக் கடந்து போனது.

"செத்துப் போனவங்க அதிருஷ்டக்காரங்க" என்றாள் லேவியின் விதவை.

இம்மானுவேல் தன்னுடைய நரைத்த தாடியை வருடிக் கொண்டான்.

"இனி எனக்காகக் காத்திருக்க ஆருமில்ல. கொஞ்ச வயசா இருந்தா நான் மாட்டை வித்திருக்க மாட்டேன். இல்லையா?" உள்ளங்கை வியர்வையில் ஊறிப் போயிருந்த நோட்டுகளைப் பார்த்துக்கொண்டே அவள் சொன்னாள்.

தன்னைப் போன்ற கிழவனான லேவியையும் அழகியான இந்த இளம் பெண்ணையும் கிழடாகிப் போன காளையையும்

போன கிறிஸ்துமஸ் இரவுக்கு முந்தின இரவு பார்த்தது அப்போது இம்மானுவேலுக்கு நினைவு வந்தது. லேவி பேசத் தொடங்கும்போதெல்லாம் மூச்சிரைப்பு காரணமாக கடூரமான சத்தம் மட்டும் வெளியில் வந்து விழுந்தது. அப்போதும் அவன் தன்னுடைய பிரியமான காளை மாட்டை சேர்த்துப் பிடித்துக்கொண்டிருந்தான்.

“இம்மானுவேல், விதவையின் கையிலிருக்கிற சல்லிக் காசுங்கிறது இதுதானா?” என்று கையிலிருக்கும் ரூபாய் நோட்டுகளை அவனுக்கு முன்னால் நீட்டியபடி கேட்டாள் லேவியின் விதவை.

இம்மானுவேல் எதுவும் பேசவில்லை. இரண்டு பேரையும் கடந்து போன காற்றில் இம்மானுவேலின் நீண்ட நரை முடி மெழுகுவர்த்திச் சுடர்போல பின்னால் சாய்ந்து பறந்தது.

“இம்மானுவேல் உங்க மனைவிகிட்டே என்னோட மரணச் சடங்குக்கு வரணும்னு சொல்லுங்க.” லேவியின் விதவை அவள் வீட்டுக்குத் திரும்புகிற வழியில் சொன்னாள்.

“லேவி இறந்த அன்னைக்கு அவங்க எம் பக்கத்துல உட்கார்ந்து தோத்திரப் பாட்டுப் பாடினாங்க. அந்த மாதிரி பாட்டைக் கேட்டுக்கிட்டே நானும் கடவுள் கிட்டப் போய்ச் சேர்ந்துரணும்.”

“நீங்க என்ன சொல்றீங்க?” என்று ஆச்சரியப்பட்டான் இம்மானுவேல்.

விதவையின் நிராதரவுடன் அவள் சொன்னாள்; “எனக்கு இனி நெனைச்சுப் பார்க்கிறதுக்கு இந்த ஒரு விஷயம் மட்டுந்தான் இருக்கு. சாவு.”

○

வீட்டுக்குத் திரும்பும் வழியில் இம்மானுவேல் யோசித்துப் பார்த்தான்:

அழகியும் ஆரோக்கியவதியுமான பாவம் இந்தப் பெண் எதற்காக இத்தனை துக்கங்களை அனுபவிக்கிறாள். வாழ்ந்து தீர்ப்பதற்கு அவளுக்கு இன்னும் எத்தனையோ வருடங்கள் மிச்சமிருக்கின்றன. அதைப் பற்றி யோசிக்காமல் அந்த அப்பாவி சாவைப் பற்றியே நினைக்கிறாள். கடவுளே, இத்தனை சின்ன வயதிலேயே அவளுக்கு இந்த விதியா?

லேவியைப் போன்ற ஒரு கிழவன் இவ்வளவு அழகியும் இளமையானவளுமான பெண்ணைத் திருமணம் செய்துகொண்டது

அந்தக் காலத்தில் ஊருக்குள்ளே எவ்வளவு பெரிய செய்தியாக இருந்தது. அன்றைக்கு நான்கூட இவளைப் பார்க்க அவசரமும் ஆவேசமும் பட்டிருக்கிறேன். கடவுளே, இப்போது ஏன் இந்த மாதிரி யோசனைகள்? என்னை மன்னிப்பீராக. அவன் தன்னுடைய வலது கை விரல்களை எடுத்து மன்னிப்புக் கோரும் முறையில் உதடுகளில் முத்தமிட்டான். கடவுளே, நீர் ஏன் அவளை இப்படி துக்கப்படுத்துகிறீர்?

அவளுக்கு சமாதானத்தையும் சந்தோஷத்தையும் அளிப்பீராக என்று பிரார்த்தனை செய்தான்.

வழியில் வெளிச்சம் குறைந்துகொண்டே வந்தது.

பின்னால் யாருடையதோ காலடி ஓசையைக் கேட்டுத் திரும்பிப் பார்த்தான் இம்மானுவேல். தேவாலயப் பாடகன் செல்வி. தன்னுடைய பெருத்த உடம்பை பாய்மரக் கப்பல்போல அசைத்துக்கொண்டு இம்மானுவேலை எட்டிவிடப் பாடு பட்டுக்கொண்டிருந்தான்.

இம்மானுவேல் நின்றான். தன்னுடைய பெரிய உதடுகளுக் கிடையில் மூச்சிரைப்பின் வண்டுகள் முனகுவதுபோல செல்வி என்னென்னவோ சொல்ல முயன்றான். புகையிலையும் மதுவும் கலந்த வாடையடிக்கும் எச்சில் மட்டுமே அப்போது வெளியே வந்தது.

இரைப்பு அடங்கியதும் சொன்னான்: "இம்மானுவேல் நீங்க ரொம்ப வேகமா நடக்குறீங்க?"

"நான் என்னென்னவோ யோசிக்கிட்டு நடந்தேன். அவ்வளவுதான்" என்றான் இம்மானுவேல்.

"நீங்க யோசிச்சுகிட்டு நடந்தது எதயின்னு எனக்குத் தெரியும்" இளித்துக்கொண்டு சொன்னான் செல்வி.

"நீங்க லேவியோட பொஞ்சாதிகூட வாரதை நான் பாத்தேன்."

இம்மானுவேல் அவனுடைய சிவந்த கண்களை ஏறிட்டுப் பார்த்தான்.

"அவங்களைப் பத்தி ஆரானாலும் யோசிப்பாங்க. என்னா அழகு அவங்க" சிகரெட்டை உதடுகளுக்கிடையில் திணித்துக் கொண்டு சென்னான்.

இம்மானுவேலுக்கு செல்வியின் முகத்தில் அறையலாம்போலத் தோன்றியது. ஆனால் இந்தத் தடியன் பதிலுக்கு மடியில்

பத்திரமாக வைத்திருக்கிற இரண்டு பக்கமும் கூரான கத்தியை எடுத்து வயிற்றில் சொருகினாலும் சொருகுவான்.

"செல்வி, அவங்க விதவையாக்கும். அவங்களப் பத்தி அநாவசியமான பேச்சு வேண்டாம்" என்று குழந்தைக்குச் சொல்வதுபோல அவனிடம் சொன்னான் இம்மானுவேல்.

அவன் உரக்கச் சிரித்தான். "பிரியமான இம்மானுவேல், அவங்க விதவைன்னாலும் அழகின்னு சொல்றதுல என்ன தப்பு?"

இம்மானுவேல் கோபத்தை அடக்கிக்கொண்டு செல்வியின் வியர்வை நாறும் தோளில் கையை வைத்துக்கொண்டு சொன்னான்: "செல்வி, அவங்களுக்கு வாழ்க்கை அலுத்துப் போச்சுன்னு உங்களுக்குத் தெரியுமா? அவங்களுக்கு ரொம்ப கஷ்டப்பாடு. சாவைப் பத்தி மட்டுந்தான் அவங்க யோசிக்கிறாங்க."

அதைக் கேட்டதும் செல்வி நின்றான்.

அவன் அருகில் இன்னும் கொஞ்சம் நெருங்கி நின்றுகொண்டு இம்மானுவேல் கேட்டான்: "செல்வி கொஞ்சம் யோசிச்சுப் பாருங்க, அந்தப் பாவப்பட்ட பொம்பளையைப் பத்தி நீங்க சொன்னது தெய்வக் குத்தமில்லையா? அவங்க உங்களுக்கு என்ன கெடுதல் செஞ்சாங்க?"

செல்வி தன்னுடைய அண்டர்வேரின் பாக்கெட்டில் வைத்திருந்த சாராயக் குப்பியை எடுத்து வாயில் கவிழ்த்துக் கொண்டான். பாக்கியை இம்மானுவேலிடம் கொடுத்தான். குடிப்பழக்கம் இல்லாததனாலும் மட்டரகச் சாராயமானதாலும் இம்மானுவேலின் தலைக்குள்ளே சட்டென்று ஏறியது.

"செல்வீ... அவங்க மரணத்தை வரிச்சுகிட்டாங்க. கடவுளோட சித்தம் அதுதானோ என்னமோ?" என்றான்.

செல்வி சிவந்த கண்களால் இம்மானுவேலையே பார்த்தபடி நின்றான். பிறகு அந்தப் பெரிய உடம்புக்குள்ளேயிருந்து பறவை கீச்சிடுவது போல ஒரு அழுகை வெளியே வந்தது. இம்மானுவேலுக்கு அந்தப் பெரும் உடம்பின் மேல் வருத்தம் தோன்றியது.

"என்னை மன்னிச்சிடுங்க. அந்த நல்ல பொம்பளையைப் பத்தி மோசமாப் பேசியிருந்தா மன்னிக்கணும்." அழுகைக்கிடையில் மிச்ச சாராயத்தை ஒரே மிடறில் கவிழ்த்துக்கொண்டு சொன்னான்: "அந்த அப்பாவியை உங்களை மாதிரியான ஒருத்தராலதான் சமாதானப்படுத்த முடியும். நான் எத்தனை வெக்கங்கெட்ட மாதிரி யோசிச்சிருக்கேன்."

“செல்வி... நீங்களும் என்னை மன்னிக்கணும். அவங்க இத்தனை வருத்தப்பட்டும் ஆறுதலா ஒரு வார்த்தைகூட நான் சொல்லல. அவங்களுக்குன்னு இருந்த மாட்டைக்கூட இன்னிக்கு வித்துட்டாங்க” என்றான் இம்மானுவேல்.

செல்வி தன்னுடைய் பெரிய உடம்பை அசைத்துக்கொண்டு சொன்னான்: “இம்மானுவேல், கொஞ்சம் யோசிச்சுப் பாருங்க, இந்த ராத்திரியில அந்த அப்பாவிப் பொம்பளை எத்தனை வருத்தப்படுவாங்க. நீங்க அவங்களுக்கு ஆறுதல் சொல்லாதது பெரிய தப்புத்தான்.”

இம்மானுவேல் குற்றவுணர்வுடன் செல்வியின் முகத்தைப் பார்த்தான்.

“இம்மானுவேல் இந்த ராத்திரியே நீங்க அவங்க வீட்டுக்குப் போங்க. உங்க மாதிரி ஒரு மரியாதைக்காரந்தான் அவங்களை சமாதானப்படுத்த முடியும்.”

செல்வியை ஏறிட்டுப் பார்த்தான் இம்மானுவேல்.

“இம்மானுவேல் சீக்கிரம் அவங்க வீட்டுக்குப் போங்க. நான் கொஞ்சநேரம் இங்கே உக்காந்து அழுது தீத்துடறேன்” என்றான் செல்வி.

○

இரவுணவுக்குப் பிறகு படுக்கையை விரிக்கத் தொடங்கிய போதுதான் லேவியின் விதவை வாசலில் ஆள் நடமாட்டத்தைக் கேட்டாள்.

“ஆரு அங்கே?” என்று அடங்கிய குரலில் கேட்டாள்.

“நாந்தான் இம்மானுவேல்.”

இந்த அகாலத்தில் இம்மானுவேல் தன்னுடைய வீட்டுக்கு எதற்காக வந்தார் என்ற வியப்புடன் கதவைத் திறந்தாள் லேவியின் விதவை.

“என்னா இம்மானுவேல்... இந்த நேரங்கெட்ட நேரத்துல...” என்று கேட்டாள்.

“நான் கொஞ்சம் குடிச்சிருக்கேன். மன்னிக்கணும். குடி சிலசமயம் நல்ல விசயங்களை ஞாபகப்படுத்தி விட்டுடுது. நாம் கெட்டவங்கன்னு நெனைக்கிற சிலபேரு நல்லதைச் சொல்லித்தாராங்க.”

லேவியின் மனைவி அவன் முகத்தைப் பார்த்துக் குழம்பினாள். “சொல்லுங்க, இம்மானுவேல் உங்களுக்கு என்ன ஆச்சு.”

“அந்த செல்வி மோசமானவன்னாலும் இந்த ராத்திரி நல்ல சமாரியனாக்கும். நான் இந்த ராத்திரியில உங்களைத் தனியா விட்டதுக்கு உங்களுக்கு ஆறுதலா ஒரு வார்த்தைகூட சொல்லாததுக்கு அவன் என்னைத் திட்டினான். அதனாலதான் இந்த ராத்திரியிலேயே நான் உங்களைத் தேடி வந்தேன்” என்று தாடியை வருடிக்கொண்டே சொன்னான்.

லேவியின் விதவை கடவுளின் படத்தில் முகத்தை அமர்த்திக்கொண்டு அழுதபடியே சொன்னாள்: “யாராலயும் எனக்கு ஆறுதல் சொல்ல முடியாது. சாவுக்கு மட்டுந்தான் இனி என்னோட சங்கடத்துக்குப் பதில் சொல்ல முடியும்.”

“உங்களுக்கு சின்ன வயசு. அழகி. இனியும் உங்களுக்கு வாழ்க்கையிருக்கு” என்று ஏதோ தவறாகச் சொல்லிவிட்டதுபோல மன்னிப்புக் கோரும் குரலில் சொன்னான் இம்மானுவேல்.

“இதையும் அந்த தடியன் செல்விதான் சொன்னான்.”

லேவியின் விதவை உரக்க அழுதபடியே சொன்னாள்: “இனி இந்த அழகும் உடம்பும் யாருக்கு வேணும்? எனக்கு வாழ்க்கையே வெறுத்துப் போச்சு.”

இம்மானுவேலால் லேவியின் விதவை அழுவதை பார்த்துக் கொண்டு நிற்க முடியவில்லை. அவள் அருகில் போனான். ஆறுதல் படுத்துவதற்காக அவளைத் தன் கைகளுக்குள் சேர்த்துக்கொண்டான். அவளுடைய அழுகை நெஞ்சுக்குள் ஆழமாக இறங்குவதுபோலத் தோன்றியது.

அவளுடைய முதுகை மறைத்திருந்த கூந்தலுக்கிடையில் புறங்கழுத்துக்கு ஒரு அங்குலம் கீழே இருந்த மச்சம் ஆந்தையின் கண்போல தன்னைப் பார்ப்பதாக இம்மானுவேலுக்குத் தோன்றியது. அழுகையின் கொக்கிகள் தன்னுடைய இதயத்தி லிருந்து விடுபட்டு லேவியின் விதவையின் கண்களுக்குத் திரும்புவதாகவும் அழுகையின் சத்தம் மெல்ல அடங்குவதாகவும் தோன்றியது. அப்போதுதான் அவளுடைய மார்பகங்கள் தன் உடலுடன் அதன் மென்மையுடனும் பதிந்திருக்கும் உணர்வு இம்மானுவேலுக்கு உண்டானது.

ஆனால், இதே நேரத்தில்தான் இம்மானுவேல் இரண்டு கேள்விகளுக்கு நடுவில் அகப்படவும் செய்தான்.

ஒன்று: விதவையும் தனியளும் சாவைப் பற்றியே சதா யோசித்துக்கொண்டிருப்பவளுமான இந்தப் பெண்ணை வாழ்க்கையை நோக்கித் திருப்ப காமத்தால் முடியுமா?

இரண்டு: கடவுளை விசுவாசிக்கிறவனும், மனைவி உயிரோடிருப்பவனும் கிழவனுமான நான் இவளை விரும்புவது பாவமில்லையா?

இதே சமயம் லேவியின் விதவையும் இரண்டு கேள்விகளுக் கிடையில் சிக்கியிருந்தாள்.

ஒன்று: கிழவரான இந்த மனிதர் சாவைப் பற்றிய நினைப்பு களிலிருந்து என்னைக் காப்பாற்றுவதற்காக என்ன செய்யப் போகிறார்?

இரண்டு: குளிரிலிருந்து தப்பிக்க இந்த அணைப்பு எல்லா விதத்திலும் சுகமானதுதான். நீண்ட நேரம் இப்படியே நின்றால் இம்மானுவேல் தவறாக நினைக்கமாட்டாரா?

O

இருட்டில் கழுத்து மணிகளைக் குலுக்கிக்கொண்டும் முனகிக்கொண்டும் குளிர் லேவியின் விதவையின் உடம்புக்கு மேல் நான்கு கால்களையும் விரித்தபடி நின்றது.

OOO

லீலை

சில ஆடுகளும் கம்பளித்தொப்பி போட்ட மனிதர்களும் அவர்களுக்கிடையில் கோவிலில் மாலை தொடுக்கும் கல்யாணியம்மாவும் ஒரு பெரிய கப்பலின் மேல்தளத்தில் நின்று பாட்டுப் பாடிக்கொண்டு ரப்பர் தோட்டங்களுக்கு இடையில் போவதாகக் கனவு கண்டதற்குக் காரணம், இரண்டு வருடங்கள் கப்பலில் வேலை செய்த குன்னேலே பாப்பனின் மகன் ஜோயியைப் பார்த்து விட்டு வந்து படுத்ததாக இருக்கலாம். நடக்கவே முடியாத இந்த வாரஸ்யார்[1] எப்படி இதில் ஏறினார் என்று நான் கப்பலின் முனையில் நின்று கொண்டிருந்த முறுக்கு மீசைக்காரனிடம் கேட்டுக்கொண்டிருந்தபோதுதான் யாரோ விடாமல் கதவைத் தட்டுவது கேட்டது.

'இந்த நடு ராத்திரியில் யார் இது' என்று சொல்லிக் கொண்டே பத்மினிதான் முதலில் துள்ளி எழுந்தாள். நான் எழுந்திருப் பதற்குள்ளாகவே அவள் கூந்தலை முடிந்து விளக்கையும் போட்டு முன்பக்கமாக நடந்து போயிருந்தாள். கனவில் வந்த கப்பல் பயணிகளை விட்டுவிட்டு அவிழ்ந்து கிடந்த கைலியைத் தேடி எடுத்து நானும் பின்னால் போனேன். முன்வாசல் கதவு தட்டலின் வலிமையால் வலிப்பு வந்ததுபோல நடுங்கிக் கொண்டிருந்தது.

மனைவி எனக்கு அருகில் ஒட்டி நின்று கொண்டு யாரென்று கேட்கும்படி மெதுவாகச் சொன்னாள். ஒரு நொடி அவளைப் பார்த்து விட்டு உரக்கக் கேட்டேன்: 'யாரது?'

கேள்வி கதவைத் தாண்டி அந்தப் பக்கமாகப் போனதும் நடுக்கம் நின்றது: 'இது நான் தான்'.

அந்த பதில் இந்தப் பக்கம் வந்து சேர்வதற்குள், 'ஹூம், குட்டியப்பனா, இனி இந்த நடு ராத்திரியில் என்ன ஆதாயத்தைக் கொண்டு வந்திருக்கிறானோ' என்று சொல்லிக்கொண்டே மனைவி படுக்கப்போனாள். நான் கதவைத் திறந்தேன். தலையில் ஒரு துண்டைக் கட்டி, சட்டை போடாமல், இடுப்பில் கள்ளி முண்டைச்[2] சுற்றி ஆறு பாட்டரியுள்ள டார்ச்சைப் பிடித்துக் கொண்டு முகம் நிறைந்த சிரிப்புடன் குட்டியப்பன் நின்று கொண்டிருக்கிறான். என்ன விஷயம் என்று கேட்பதற்குள்ளாகவே குட்டியப்பன் என் கையைப் பிடித்து இழுத்துக் கொண்டு முற்றத்தில் இறங்கினான். பிறகு என்னையும் இழுத்துக் கொண்டு பரபரவென்று ஒரு நடை. நடைக்கிடையில் 'விஷயத்தைச் சொல்லு குட்டியப்பா' என்று நான் சொல்லிக் கொண்டிருந்தாலும் நடையை நிறுத்தவில்லை. விஷயத்தைச் சொல்லவுமில்லை. அந்த நடை தெக்கே பறம்பிலிருக்கும் சாம்பமரத்தின் அடியில் போய்த் தான் முடிந்தது. நான் மூச்சிரைத்துக்கொண்டு சாம்பமரத்தில் சாய்ந்து நின்றேன். குட்டியப்பன் அப்போதும் என் கையிலிருந்து பிடியை விடவில்லை.

"பிள்ளேச்சா, எனக்கு போகம் பண்ணணும்" குட்டியப்பன் இரைத்துக் கொண்டு சொன்னான்.

"யாரை? இந்த ராத்திரியில் நான் வேணுமாக்கும்?" எனக்குக் கோபம் வந்தது.

"என்னோட பிள்ளேச்சா, சும்மா விளையாடாதே" குட்டியப்பன் டார்ச்சால் முதுகைச் சொறிந்து கொண்டு சொன்னான். "இது ஒரு பிரத்தியேக தினுசான போகம். அதுக்கு ஏற்பாடு பண்ணணும்."

"என்ன ஏற்பாடு?" எனக்குப் புரியவில்லை.

குட்டியப்பன் என் கையிலிருந்த பிடியை விட்டுவிட்டு கொஞ்ச நேரம் பேசாமல் நின்றான். பிறகு சாம்பமரத்தின் மீது டார்ச் அடித்துப் பார்த்தான்.

"அங்கே யாரும் உட்கார்ந்திருக்கல. விஷயத்தைச் சொல்லு, குட்டியப்பா" என்னுடைய கோபத்தின் அளவு அதிகரித்து வருவது குட்டியப்பனுக்கும் புரிந்தது.

"அது, ஒரு கொம்பன் யானையோட தும்பிக்கை மேலே ஒரு பெண்ணை துணியில்லாமல் சேர்த்து நிறுத்தினா எப்படி இருக்கும்?"

நான் எதுவும் சொல்லவில்லை. "பார்த்தா நெற்றிப்பட்டத்தை அவிழ்த்து வெச்ச மாதிரி இருக்கணும். அப்புறம் யானையோட ரெண்டு கொம்புகளையும் பிடிச்சுகிட்டு தும்பிக்கையோடே சாஞ்சிருக்கிற பெண்ணை சம்போகம் பண்ணணும்" ஒரு நொடி இழுத்து மூச்சு விட்டேன். ஒரு வவ்வால் என் தலைக்குமேல் பட்டும் படாமலும் பறந்து போனது.

"பிள்ளேச்சா" குட்டியப்பன் மெதுவாகக் கூப்பிட்டான். நான் முனகினேன்.

"ஏன் எதுவும் சொல்ல மாட்டேங்கிறே?" குட்டியப்பன் கேட்டான்.

"இதெப்படி நடக்கும் குட்டியப்பா?" எனக்குள்ளேயிருந்த சந்தேகத்துக்கே அவ்வளவு சந்தேகமிருந்தது.

"அதெல்லாம் நடக்கும், பிள்ளேச்சா. மனுஷன் சந்திரன்லே தண்ணி தேடிப் போறான். பின்னே இதுவா கஷ்டம்" என்றான் குட்டியப்பன். "பிள்ளேச்சன் என் கூட நின்னாப் போதும்".

ஒரு பேய்க் குயிலின் கத்தல் மேலாக வந்து போயிற்று.

குட்டியப்பனை வாசல்வரை கொண்டுபோய் விட்டுவிட்டு திரும்பி வந்தபோது மனைவி கேட்டாள்: "குட்டியப்பனின் புதிய ஏற்பாடு என்ன?"

"ஓ, ஒரு யானை வாங்கணும்னு சொல்ல வந்தான்" நான் பத்மினிக்கு முகம்கொடுக்காமல் சட்டென்று கட்டிலில் படுத்தேன்.

"அப்பன் சம்பாதிச்சு வெச்சது முழுசையும் அழிக்கறதுக்காகவே ஒவ்வொண்ணு பொறந்திருக்கும். ரொம்பப் படிச்சிருக்குனு சொல்லிட்டு ஏதாவது பிரயோஜனமிருக்கா?" பத்மினி மறுபடியும் என்னென்னவோ முணுமுணுத்துக் கொண்டிருந்தாள். நான் எதுவும் சொல்லவில்லை. ரப்பர் தோட்டத்தின் வழியாகப் போன கப்பலுக்குப் பின்னால் ஓடிப் பார்த்தால் என்ன என்று யோசித்துக் கண்களை மூடிப் படுத்தேன்.

மனைவி வேலைக்குப் போன பிறகுதான் தெருச் சந்திக்குப் போனேன். அனியன் பிள்ளேச்சனின் டீக்கடைக்குள் நுழைவதற்கு முன்பே குட்டியப்பனின் வில்லிஸ் ஜீப் முன்னால் வந்து பிரேக் போட்டு 'வண்டியிலே ஏறு பிள்ளேச்சா' என்று உறுமியது. அதைச் சொன்னது ஜீப்பா குட்டியப்பனா என்று பார்க்காமல் ஜீப்பில் ஏறினேன். தெருச்சந்தியைத் தாண்டியதும் குட்டியப்பன் சொன்னான்: "கிடங்நூரிலே ஒரு யானை சோமன்நாயர் இருக்கிறார். இந்தப் போக்கில் அவரை ஒரு பிடிபிடிக்கலாம்".

"அவர் சம்மதிப்பாரா?" நான் கேட்டேன்.

"அது இப்ப சம்மதிக்காம என்ன?" குட்டியப்பன் நீளமாக ஒரு பீப்பியடித்து விட்டுச் சொன்னான்: "காசுதானே கொடுக்கிறோம்"

வண்டி ஓடிக்கொண்டிருந்தது. குட்டியப்பன் யானைகளைப் பற்றியும் அவற்றின் குண நலன்களைப் பற்றியும் சொல்லிக் கொண்டிருந்தான். இடையில் வண்டியும் என்னவெல்லாமோ சொன்னபோது நான் குட்டியப்பனை ஏறிட்டுப் பார்த்தேன். 'ஓ, அது பரவாயில்ல. அப்பப்ப இவ இப்படி எதையாவது உளறிட்டிருப்பா' என்று குட்டியப்பன் சொன்னான். பிறகு நான் அதைக் கவனிக்கவில்லை.

கிடங்நூர் வந்து சேர்ந்ததும் குட்டியப்பன் கேட்டான்: "சோமன் நாயரைப் பார்க்கிறதுல பிள்ளேச்சனுக்கு ஏதாவது சிரமமிருக்கா?"

"எனக்கென்ன சிரமம். ஒரு சிரமமுமில்ல" நான் சொன்னேன்.

"அப்படியில்ல, உங்க பெண்டாட்டியோட சொந்தக்காரங்கல் லாம் இங்கேதானே இருக்காங்க. சொல்லிட்டு வர்றப்ப ஒண்ணுக்குப் போறப்ப தெறிச்ச ஏதாவது உறவு இருந்துச்சுன்னா?"

அதுவும் சரிதானே என்று ஒரு நிமிடம் யோசித்தேன்: "என்னை அறிமுகப்படுத்தறப்போ வேற ஏதாவது சொன்னாப் போதும்"

சோமன் நாயரின் பறம்பில்[3] தென்னைமரங்களைவிட அதிகமாக யானைகள்தாம் இருந்தன. தரையில் உரிக்கப்படாத தேங்காய்களைப்போலப் பிண்டங்களும்[4].

சோமன் நாயரை எதிர்பார்த்து அரைமணி நேரமாகக் காத்திருந்தோம். குளித்து முடித்து பூஜையிலிருக்கிறார் என்று அவர் மனைவி வந்து சொன்னாள். பறம்பில் நிற்கும் ஒரு பெரிய கொம்பனைப் பார்த்து குட்டியப்பன் கேட்டான்: "அவனெப்படி?"

நான் பார்த்தபோது அந்தக் கொம்பு இப்போதே வந்து கண்ணைக் குத்துமென்று பயந்தேன்.

"எப்படியிருக்கு? மூணு பாப்பான்களைக்[5] கொன்னதாக்கும்" அதைக் கேட்டபோது என்னுடைய உள்ளம் குமைந்தது.

"இதைத்தான் கொடுப்பதாக இருந்தா?" நான் கேட்டேன்.

"அப்படீன்னாத்தானே ரசமாயிருக்கும். நம்ம குணம் ஆசானுக்குப் பிடிபடும்" கால்களுக்கு இடையில் உதடுகளைப்

பிளந்துகொண்டு நிற்கும் கைகால்களும் சிறகுமில்லாத அதிசயப் பிறவியைப் பார்த்துக் கொண்டு குட்டியப்பன் சொன்னான்.

கொஞ்ச நேரம் கழிந்ததும் சோமன் நாயர் வந்தார். நெற்றியில் சந்தனத்தால் தீற்றிய சமக் குறிகள். நடுவில் செந்தூரத்தால் பூஜ்ஜியம். சோமன் நாயரைப் பார்த்ததும் குட்டியப்பன் சாஷ்டாங்கமாகக் காலில் விழுந்தான். சோமன் நாயர் அதை எதிர்பார்க்கவில்லை. குட்டியப்பன் என்பதால் நான் எதிர்பார்த்திருந்தேன். சோமன் நாயரின் முகத்தில் மாறிமாறி வரும் பாவங்களைப் பார்த்தபடி சும்மா நின்றுகொண்டிருந்தேன். சோமன் நாயர் குட்டியப்பனை எழுப்பி உட்காரச் சொன்னார். நான் உட்கார்ந்தேன். குட்டியப்பன் உட்காராமல் குனிந்து வணங்கி நின்றான். சோமன் நாயருக்கு எதுவும் புரியவில்லை என்று எனக்குப் புரிந்தது. கொஞ்ச நேரம் கழித்து வந்த விஷயம் என்னவென்று சொல்லும்படிக் கேட்டார். எதற்கு வந்தோம் என்றல்ல; எங்கிருந்து வந்தோம் என்று சொல்லிக் கொண்டு தான் குட்டியப்பன் தொடங்கினான். என்னைப் பற்றி சொன்னபோது நான் திருச்சூரிலிருக்கிற யானை நேசன் என்றும் மிக நல்ல யானை சோமன்நாயருடையதுதான் என்று சொன்னேன் என்பதாகவும் குட்டியப்பன் சொன்னான். என்னிடம் அவர் எதுவும் கேட்டுவிடக் கூடாதே என்னுடைய வாசுதேவபுரத்தப்பா என்று அப்போதே பிரார்த்தித்தேன். ‘என்னா’, ‘அறியத்தில்லா’ முதலான கோட்டயத்தின் எல்லா ஏற்ற இறக்கங்களையும் நாக்கில் எழுதி வைத்திருக்கும் எனக்கு வடக்கனின் கவணை போல நீளுகிற மொழி எப்படி வரும்? நான் பேசாமலிருந்தேன். நல்லவேளையாக சோமன் நாயர் என்னிடம் எதுவும் கேட்கவில்லை. மாதங்கலீலை முதல் நாட்டுப்புற யானைவைத்தியம்வரை குட்டியப்பன் சோமன் நாயரிடம் பேசிக்கொண்டிருந்தான். குட்டியப்பனின் அறிவுச் சுரங்கத்தின் முன்னால் நாயர் திறந்த வாயுடன் உட்கார்ந்திருப்பதைப் பார்த்து நான் சும்மா உட்கார்ந்திருந்தேன். கடைசியில் சோமன்நாயரை ஒதுங்க வைத்து விட்டு குட்டியப்பன் என்னென்னவோ சொல்வதைப் பார்த்தேன். இடையில் ஒன்றிரண்டு முறை கயிறு அவிழ்ந்து விழுவது போல சோமன் நாயரின் காலில் விழுந்தான். அப்போதெல்லாம் இல்லை இல்லை என்ற அர்த்தத்தை வலுப்படுத்திக் கொண்டு சோமன்நாயர் இரண்டு கைகளையும் வெண்சாமரமாக்குவதையும் பார்த்தேன்.

கிடங்நூரிலிருந்து பாலாவுக்குப் வழிபிரியும் இடத்தில் வண்டியை சட்டென்று நிறுத்தி விட்டு குட்டியப்பன் கேட்டான்: “அப்போ பிறகு என்ன செய்யலாம்?”

நானும் இனி என்ன செய்யலாம் என்ற விதமாகக் குட்டியப்பனைப் பார்த்தேன்.

இதற்கிடையில் வண்டி ஒருமுறை செருமியது. குட்டியப்பன் காதைக் குவித்தான். பிறகு என்னைப்பார்த்துச் சொன்னான்:

"அவ சொல்றா, தோ அந்த ஷாப்புக்குள்ளே ஏறுன்னு" நான் இடப் பக்கமாகப் பார்த்தேன். ஷாப் எங்களைப் பார்த்துச் சிரிக்கிறது.

ஷாப்புக்கு வெளியே இருந்த பெட்டிக் கடையின் சாய்த்துக் கட்டிய ஓலைக்கீற்றுக்குக் கீழே நிற்கும்போது குட்டியப்பனின் தொண்டைக் குழியிலிருந்து புளித்த கள்ளின் நெடியுள்ள ஏப்பம் அவசரமாக வெளியேறியது.

"பிள்ளேச்சா, நாம பீகாருக்குப் போனா என்ன?" குட்டியப்பன் கேட்டான்.

குட்டியப்பன் பீகாருக்கு வண்டியேறுவான் என்ற நிச்சயமிருந்ததால் நான் சொன்னேன்: "சம்பக்கரைக்கும் கூட ஒரு தடவை போகலாம்"

பழக்குலைகளுக்கு இடையிலிருந்து பெட்டிக்கடைக்காரனின் ஆர்வம் எட்டிப் பார்த்தது. "திருமுறதுக்கா?"[6]

"இல்ல. ஒரு யானை வேணும்"

ஆர்வத்துக்கு உட்கார முடியவில்லை.

"எழுநள்ளிப்புக்காகவா?"[7]

"எழுநள்ளிப்புக்கொண்ணுமில்ல. சும்மா நிறுத்தி வைக்க" நாக்கில் சுண்ணாம்பைத் தேய்த்துகொண்டு குட்டியப்பன் சொன்னான்.

"அப்படீன்னா மணர்காட்டுக்கு விடுங்க. அங்கே கருந்தேக்குபோல ஒருத்தன் வந்திருக்கான். நம்ம ராமப்பணிக்கர் சேட்டன் போய்ப் பார்த்துட்டு நல்ல லட்சணம்னு சொன்னாரு"

"எந்த ராமப்பணிக்கர்?" குட்டியப்பனின் ஆர்வமும் தலைநீட்டியது.

"நம்ம ஏற்றுமானூர் நீலாண்டனோட முதலாவது பாப்பானா இருந்தாரில்ல ராமப்பணிக்கர். தோ, இந்த வளைவு முடியிற இடத்தில்தான் அவரோட வீடு, என்னா விஷயம்னாலும் ஆசாமி கிட்ட கேட்டாப் போதும்"

குட்டியப்பன் என்னை ஒருமுறை பார்த்தான். நான் குட்டியப்பனையும் ஒருமுறை பார்த்தேன்.

பழக்குலைகளுக்கு இடையிலிருந்த தலை ஓட்டுக்குள் இழுபட்டது.

ஒரு குப்பி பனங்கள்ளும் இரண்டு கட்டு பீடியும் கொஞ்சம் வெற்றிலை புகையிலையும் வாங்கிக் கொண்டுதான் பணிக்கர் வீட்டுக்குப் போனோம். பணிக்கர் வீட்டுத் திண்ணையில் உட்கார்ந்திருந்தார். கையில் பழைய ஒரு லாந்தர். கழற்றுகிறாரா மாட்டுகிறாரா என்று தெரியவில்லை. துரும்பு படர்ந்த லாந்தர் அது. பற்றவைத்தால் என் உடம்பு முழுவதும் சூடேறி நான் செத்துப் போய்விடுவேன் என்ற சங்கட பாவம் அதற்கிருந்தது. வாசலில் நின்று குட்டியப்பன் உரக்கக் கூப்பிட்டான் "பணிக்கரு சேட்டா..."

லாந்தரைக் கீழேவைத்து விட்டுப் பணிக்கர் பார்த்தார். "நாங்க குடமாளூரிலேர்ந்து வர்றோம்" கையிலிருந்த காணிக்கைகளை பணிக்கரிடம் கொடுத்து விட்டுச் சொன்னான்: "நீலாண்டனைக் கொண்டு வரும்போது பார்த்திருக்கேன். கரிகுளங்கரையிலேயும் வாசுதேவபுரத்திலேயுமெல்லாம் சேட்டந்தானே வந்துட்டிருந்தீங்க"

கையிலிருந்த பொட்டலத்தை ஒரு மூலையில் ஒதுக்கி வைத்து விட்டு பணிக்கர் சொன்னர்: "இப்போதானே வடக்கேயிருந்து யானையைக் கூப்பிட்டு வர்றது. நம்ம யானைக்கெல்லாம் இது இல்லாதமாதிரி"

"பின்னே இல்லயா?" குட்டியப்பன் அதை ஒத்துக்கொண்டான்.

பணிக்கர் துண்டால் அரைத் திண்ணையிலிருந்த தூசியைத் தட்டினார். தூசி ஓடியது.நாங்கள் அங்கே உட்கார்ந்தோம்.

"குடமாளூரிலே எங்கே?" பணிக்கர் என்னிடம் கேட்டார்.

"நான் தெக்கேதிலாக்கும் இவர் வரத்தன்.[8] கூத்தாட்டுக் குளத்துக்காரன்" குட்டியப்பன் சொன்னான்.

"தெக்கேதில்னா எங்கே வரும்?"

"ஓ, அது வடக்கேருந்து பாண்டவத்துக்கு எறங்குற வழியில"

பணிக்கர் ஒருமுறை இருமி சளியை நீட்டித் துப்பினார்.

"என்னாச்சு?" குட்டியப்பனின் ஆர்வம் நீண்டு போவதைப் பார்த்தேன்.

"குளிருதான்" மார்புக் கூட்டை உலுக்கிக் கொண்டு மறுபடியும் இருமியபின் பணிக்கர் 'அடியே' என்று நீட்டி

அழைத்தார். அந்த அழைப்புப் போனவழியில் நானும் ஒருமுறை பார்த்தேன். சளி புரண்ட குரல் உள் கதவு வழியாக நுழைந்து எங்கோ போனது.கொஞ்ச நேரம் கழித்து ஒரு பெண்மணி மருந்தையும் தண்ணீரையும் எடுத்துக் கொண்டு வந்தார். ஒன்றிரண்டு மாத்திரைகளை சாப்பிட்டு விட்டு பணிக்கர் கிளாஸைத் திருப்பிக் கொடுத்தார். குட்டியப்பனின் நோட்டம் அவரைப் பின் தொடர்ந்து நடந்து போய் பணிக்கரைத் திரும்பிப் பார்த்தபோது பணிக்கர் உதட்டைத் துடைத்துக் கொண்டு சொன்னார்: "மகளில்ல. பெண்டாட்டி. வர்றவங்க போறவங்க எல்லாம் மகளான்னு கேப்பாங்க. நீங்களும் அப்படிக் கேட்க வேண்டாம்னு நெனச்சு சொன்னேன்"

குட்டியப்பன் உரக்கச் சிரித்தான்.

"நான் இந்த யானையைக் கூட்டிகிட்டு நடந்து நடந்து வீட்டில ஒருத்தி இருக்கிற விஷயத்தை மறந்தே போனேன்" பணிக்கர் ஒரு பீடியைப் பற்ற வைத்துவிட்டுச் சொன்னார்: "அவ ஒரு நாள் ஒருத்தன் கூடப் போயிட்டா. அப்புறம் எனக்கு முடியாமப் போனதும் இதைக் கட்டிகிட்டேன். பாத்துக்கிறதுக்கு யாராவது வேணுமில்ல?"

"என்னோட பணிக்கருசேட்டா, என் பெண்டாட்டியும் இப்படி ஒரு நாள் ஒருத்தனோட போயிட்டா" குட்டியப்பன் பணிக்கர்சேட்டனைப் பார்த்துக்கொண்டு இப்போதே அழுதுவிடுவான்போலச் சொன்னான்: "அப்புறம் ஒருத்தியைக் கட்டிகிட்டேன். அவளும் போயிட்டா"

நான் சுவரிலிருந்த தெய்வங்களைப் பார்த்தேன். அவர்களும் என்னைப் பார்த்தார்கள். நாங்கள் சேர்ந்து குட்டியப்பனைப் பார்த்தோம். குட்டியப்பன் எங்களைப் பார்த்துக் கண்ணடித்தான்.

"அய்யோ, அது ஏன் கொழந்தே அப்படியாச்சு?" பணிக்கர் நாற்காலியை இன்னும் பக்கத்தில் இழுத்துப் போட்டார்.

"எல்லாம் ஜாதகதோஷம், வேறே என்ன சொல்ல?" குட்டியப்பன் பணிக்கரின் காதருகே போய் குரலைத் தாழ்த்திக் கொண்டு "சேட்டா, சத்தியமா சரியான உடம்பு சுகத்தை அனுபவிக்கல"

குட்டியப்பனின் முகத்தைப் பார்த்ததனாலாக இருக்கலாம் பணிக்கருக்கு வருத்தமாக இருந்தது.எல்லாம் சரியாகி விடும் என்று குட்டியப்பனிடம் சொன்னார். ஆமாம், எல்லாம் சரியாகி விடும் என்று குட்டியப்பனும் சொன்னான்.

குட்டியப்பன், அவனாகவே பணிக்கருக்கு ஒரு கிளாஸ் கள்ளை ஊற்றிக் கொடுத்தான். கள்ளின் வெறி நாக்கைக் தொட்டதும் பணிக்கரின் கண்கள் மின்னத் தொடங்கின. குப்பியின் அடிப்பாகத்தில் கள்ளின் நுரை அஸ்தமிக்கத் தொடங்கியபோது குட்டியப்பன் சொன்னான்: "சேட்டா, வந்தது வேறே ஒரு விஷயம் சொல்றதுக்குத்தான்"

பணிக்கர் முகத்தை அழுத்தித் துடைத்துக்கொண்டு குட்டியப்பனைப் பார்த்தார்.

"எனக்கு ஒரு யானை வேணும். ஒரு நாளுக்கு இல்லேன்னா ஒரு மணி நேரத்துக்கு" குட்டியப்பனின் குரலிலிருந்த வேண்டுகோள் பணிக்கரின் காலடியில் தலை குனிந்து நின்றது.

"என்னாத்துக்கு?" பணிக்கர் கேட்டார்.

குட்டியப்பன் மிச்சக் கள்ளையும் கிளாஸில் ஊற்றினான். குப்பிக்கு வெளியே தப்பிக்க வந்த கள்ளுத்தனத்தை திரும்பிப் போகச் சொல்லி விட்டு கிளாஸுடன் கேள்விக்கான பதிலையும் நீட்டினான். "ஒரு பெண்ணை போகிக்கறதுக்கு" ஒரு மிடறு குடித்து விட்டு பணிக்கர் தலையை நிமிர்த்தினார்.

"ஒரு கொம்பன் யானையின் தும்பிக்கையில் ஒரு பெண்ணைச் சாய்ச்சு நிறுத்தி போகிக்கணும்"

பணிக்கர் ஒற்றை இழுப்பில் கள்ளைத் தீர்த்துவிட்டு கண்களில் படர்ந்த சிவப்பால் குட்டியப்பனை வருடினார்.

"எழுநள்ளத்துக்கு யானை கிடைக்கும். மரம் தூக்கவும் கிடைக்கும். இதுக்குன்னா கஷ்டம்" உதட்டில் திருகிய பீடியை மென்று கொண்டு பணிக்கர் சொன்னார்.

குட்டியப்பன் பணிக்கரின் காலடியில் உட்கார்ந்தான். ஓரிரு புகை விட்ட பிறகு பணிக்கர் சொன்னார்: "இங்கே எங்கேயும் கெடைக்காது. இதைக் கேட்டாலே துறட்டியைப் புடிச்சுக் கொன்னுடுவாங்க. ஆனா ஒரு வழி இருக்கு. வயநாட்டிலே ஒரு தேவஸ்ஸிக்குட்டிக்கு ஒரு யானை இருக்கு. ஒருவேளை நடக்கலாம்"

"வயநாடில்ல, பூமிக்கு அந்தப் பக்கமும் போகத் தயார். எப்படியாவது சரி பண்ணிக் குடுக்கணும்" குட்டியப்பனின் கைகள் பணிக்கரின் கால்மேல் விழுந்தன.

"தேவஸ்ஸிக்குட்டி நான் சொன்னாக் கேக்கணும்" பணிக்கர் காலிக் குப்பியைப் பார்த்து விட்டு சொன்னார்: "முந்தி ஒரு ஆளைக் கொலை பண்றதுக்கு ஒரு யானை வேணும்னு வந்தான்.

பாதுஷா என்ற கால்நடையாளன் 105

அவனோட பெண்டாட்டியோட ரகசியக்காரன். இருட்டு வாக்குப் பாத்து ரெண்டு நாள் நின்னான். கெடைக்கல. இந்த வழியாப் போறப்ப எல்லாம் இங்கே வருவான். இப்ப இருக்கிற யானையை நான்தான் போய்ப் பாத்து வாங்கினேன். என்ன ஆனாலும் அங்கே போ. நான் சொன்னேன்னு சொன்னாப் போதும். வீட்டுப் பேரு வழியெல்லாம் எழுதிக்கோ”

தேவஸ்ஸிக்குட்டியின் விலாசத்தை எழுதி முடித்ததும் குட்டியப்பன் இன்னொரு முறை பணிக்கரைக் கும்பிட்டான்.

வாசலை விட்டு இறங்கியதும் குட்டியப்பன் சொன்னான்: “கள்ளு கூட குப்பியோட காசும் குடுத்தாச்சு. சாயங்காலம் ஷாப்புக்குப் போகும்போது குப்பியக் குடுக்க வேண்டாம்”.

பணிக்கர் இருமிக் கொண்டு தலையாட்டினார். ஜன்னலுக் குள்ளே ஒரு நோட்டம் தலையை வெட்டிக்கொண்டு போனது.

சாயங்காலமானதும் வீட்டு வாசலில் கொண்டுவந்து குட்டியப்பன் என்னை இறக்கிவிட்டான். நான் வீட்டுக்குள்ளே நுழையும்போது ஆகாயத்துக்குத் திரும்பும் அவசரத்துடன் வெளிச்சம் நடந்து போவதைப் பார்த்தேன். பத்மினி வராந்தாவி லேயே நின்றிருந்தாள்.

“போன காரியம் என்னாச்சு?”

“கெடைக்கல. பீகாருக்குப் போகணும்“ நான் மெதுவாகத்தான் சொன்னேன்.

“பிண்டத்துக்கு நல்ல வெலையிருக்கறதால போட்ட காசை சட்டுனு எடுத்திரலாம்” பத்மினி துளைத்து விடுவதுபோல என் முகத்தைப் பார்த்தாள்.

“என்னோட பத்மினி, நீ தேவையில்லாததைப் பேசாதே” என் குரல் மறுபடியும் தாழ்ந்தது. குடமாளூர் தேவாலயத்துக்கு நேர்ச்சையாக்கும்”.

“எதுக்கு நேர்ச்சை?” பத்மினியின் குரலுக்கு பெரிய காலும் கையும் வளரத் தொடங்கின. “பொண்ணு கெடைக்கிறதுக்கா, செஞ்ச பாவம் தீர்க்கறதுக்கா?”

“குட்டியப்பன் என்ன பண்ணிட்டான்னு நீ இப்படிச் சொல்றே?”

“ஓ, என்னை எதையாவது பேசவைக்காதீங்க” இரண்டு கைகளாலும் நிலவிளக்கின்[9] சுடரை வீசி அணைத்து விட்டு விளக்கை எடுத்துக்கொண்டு உள்ளே போகிற போக்கில்

சொன்னாள்: "அவருக்குக் காப்பியும் பலகாரமும் செஞ்சு குடுக்கிற ஏலியாம்மச்சேச்சி கீழே விழுந்து முதுகை ஒடச்சுகிட்டு ரெண்டு நாளாக் கெடக்குது. அதை விழவெச்ச சாபத்தை யெல்லாம் எங்கே கொண்டுபோய்த் தீர்க்கறது. தந்தையும் தள்ளையும்[10] செத்துப்போனது நல்லதாச்சு. இல்லேன்னா அவங்களும் இதையெல்லாம் பார்க்க வேண்டியிருந்திருக்கும்"

நான் எதுவும் பேசாமல் எல்லாவற்றையும் கேட்டுக்கொண்டு குளியலறைக்குப் போனேன். குளித்துத் தலைசீவி, பவுடர் போட்டுக்கொண்டு வெளியே வந்தேன்.

"குளிச்சாலும் பவுடர் போட்டாலுமொண்ணும் கள்ளு நாத்தம் போகாது" அடுப்படியிலிருந்து கறியின் மணத்தோடு பத்மினியின் கோபமும் வந்தது. "பாக்கியிருக்கிறவங்க மானத்தையும் வாங்கன்னு கெளம்பி வந்தர்றாங்க"

நான் வெறுமனே உத்திரத்தைப் பார்த்தேன்.

சாப்பிட்டுக் கொண்டிருப்பதற்கு இடையில்தான் நாளைக் காலை பீகாருக்குப் போக வேண்டுமென்ற விஷயத்தைத் தயங்கித் தயங்கிச் சொன்னேன். நான் சொன்ன எதையும் கேட்கவில்லை என்ற விதமாக பத்மினி சாப்பிட்டுக் கொண்டிருந்தாள். பல முறை பலவிதமாக பீகார் விஷயத்தைச் சொன்னேன். பத்மினி கேட்டதாகக் காட்டிக் கொள்ளவில்லை. கடைசியில் நேர்த்திக் கடன் விஷயத்தைப் பலமுறை பலவிதமாகச் சொன்ன போதுதான் கொஞ்சமாகத் தலையாட்டுவது போலத் தெரிந்தாள்.

அதிகாலையிலேயே குட்டியப்பன் வந்து விட்டான். வண்டியின் சத்தம் கேட்டதுமே பத்மினி கேட்டாள்: "பீகார் வரைக்கும் ஜீப்பிலேயே போறீங்கல்ல?"

நான் ஒன்றும் சொல்லவில்லை. ஒரு வாரத்துக்கான துணியை எடுத்து வைத்துக் கொண்டுதான் புறப்பட்டிருந்தேன்.

நேற்று அவசரமாகப் போன வெளிச்சம் கீழே இறங்கி வருவதற்கிடையில் குட்டியப்பனின் வண்டி நகர்ந்தது. எதிரில் வந்த பத்திரிகை போடும் பாபு 'குட்டியப்பன் சேட்டா' என்று கூப்பிட்டான். 'பாபூ' என்று குட்டியப்பனும் கூப்பிட்டான். சுங்கப் பாலத்தில் ஏறியபோது நான் குட்டியப்பனிடம் கேட்டேன்: "நீ என்னாத்துக்கு அந்த ஏலியாம்மாச் சேச்சியோட முதுகை ஒடைச்சே?"

குட்டியப்பன் மீனச்சலாற்றைப் பார்த்துக் கொண்டு சொன்னான்: "பாருங்க பிள்ளேச்சா, என்னா வெள்ளம்?"

"நான் கேட்டதுக்குப் பதிலைச் சொல்லு" எனக்குக் கோபம் வந்தது. "என்னாத்துக்கு அந்த அப்பாவியோட முதுகை ஒடைச்சே?"

"என்னொட பிள்ளேச்சா, நான் ஒண்ணும் பண்ணல. எல்லா நாளும் ஏலியாம்மாச்சேச்சி படியேறி அறைக்குள்ள வரும். கதவைத் தட்டும். கட்டன் சாயா குடுக்கும். இப்படி எல்லா நாளும் ஒரே மாதிரியாவே இதெல்லாம் நடந்துட்டிருந்தா யாருக்குன்னாலும் சலிப்பா இருக்காதா? அதனாலே நான் ரெண்டாவது மாடியில ஜன்னல் பக்கமா ஒரு ஏணியை சாத்தி வெச்சுக் குடுத்துட்டு இனி மேலே காலையிலே இந்த வழியா சாயா கொண்டுவந்தாப் போதும்னு சொன்னேன். மிளகு பறிக்கறதுக்காகக் கொடிமேலே யெல்லாம் சாடி ஏறுற ஏலியம்மா சேச்சிக்கு இதெல்லாம் பெரிய பாடா? சும்மா சுகமா ஏறிவந்து சாயா குடுத்துட்டுத்தானே இருந்தது. அன்னைக்கு தோ தொபுக்கடீர்னு ஒரு விழுகை. இப்போ நல்ல எண்ணெய்ப் பாத்தியில் கெடந்து திருமலோட திருமல்தான். முதுகு சரியாகிற வரைக்கும் அங்கேயே கெடக்கச் சொல்லியிருக்கேன். ஏலியம்மாச் சேச்சி இப்போ ஈட்டிய விடுப்பில் இருக்கில்ல. இனி அங்கேயிருந்து வந்தாலும் ஒரு வேலையும் செய்ய வேண்டாம். சும்மா சீஃப் ஷெஃப்பா நின்னாப் போதும்னு சொல்லியிருக்கேன்"

"இருந்தாலும் அது கொஞ்சம் அத்துமீறிப் போச்சு என் குட்டியப்பா" நான் சொன்னேன்.

குட்டியப்பன் வண்டியை மிதித்து நிறுத்தினான். சீட்டில் அசைந்து உட்கார்ந்தான்.

"பிள்ளேச்சன் கூட அப்படிச் சொல்லக் கூடாது. ஏலியாம்மச் சேச்சிக்கு விழறதுக்கான நேரம் வந்துச்சுன்னு நெனைச்சாப் போதும். அதுக்கு நான் ஒரு ஏணியை சாத்தி வெச்சேன். அவ்வளவுதான்"

நான் எதுவும் சொல்லவில்லை. குட்டியப்பன் வண்டியை ஸ்டார்ட் பண்ணினான். வண்டி முக்கியும் முனகியும் என் னென்னவோ சொல்லிக் கொண்டு கொஞ்ச நேரம் அப்படியே நின்றது. பிறகு எதுவும் பேசாமல் ஓடத் தொடங்கியது.

அடிவாரத்தை அடைந்ததும் ஒரு சாயா குடித்து விட்டு மேலே ஏறலாம் என்று குட்டியப்பன் சொன்னான். பக்கத்தில் தெரிந்த கடையில் சாயா குடித்தோம். ஜீப்புக்கும் ஒரு குப்பி தண்ணீர் கொடுத்தான். குளிர்ந்த காற்று கணவாய் தாண்டி வந்து கையைப் பற்றிக் கொள்ளும் என்று தோன்றியது. அப்படித் தோன்ற வேண்டியதில்லை. ஆனாலும் தோன்றியது. ஆனால்,

அப்படி யாரும் வந்து கையைப் பிடிக்கவில்லை. மலைப்பாதையில் ஏறும்போது குட்டியப்பன் சொன்னான்: "எனக்கு இங்கேருந்து உருண்டு விழுந்து சாகணும்னு ரொம்ப ஆசை. பிள்ளேச்சனுக்கு இல்லயா?"

நான் கீழே பார்த்தேன். அந்தப் பள்ளத்துக்குப் போய்ச்சேர பார்வைக்கே நீண்ட நேரம் பிடித்தது. பார்வை திரும்பி வந்ததும் சொன்னேன்: "ஆசையெல்லாம் இருக்கு. ஆனா, பத்மினி என்னா நெனைப்பா குட்டியப்பா? நாம் பீகாருக்கில்லயா போயிருக்கோம்?"

எதிரில் வந்த ஒரு வண்டிமேல் மோதியும் மோதாமலும் ஒடித்து ஒதுக்கிவிட்டுக் குட்டியப்பன் சொன்னான்: "பிள்ளேச்சனோட பெண்டாட்டிக்கு இனி அப்படி ஒரு சங்கடம் வர வேண்டாமேன்னு நெனச்சுத்தான் தெய்வம் இப்போ வந்த பாண்டிலாரியை[11] ஒதுக்கி விட்டிருக்கு"

மைசூருக்குப் போகும் பஸ்ஸொன்று திடீரென்று முந்திக்கொண்டு போனது. வண்டிக்குள்ளேயிருந்து வெளியில் தலைநீட்டிக் கொண்டிருந்த ஒரு குழந்தையைப் பார்த்துவிட்டு குட்டியப்பன் நெஞ்சில் கை வைத்துக் கொண்டான்: "தெய்வமே, அந்தக் குழந்தையோட தலை எந்தக் கம்பத்திலாவது மோதும். அந்தப் பொறுக்கித் தகப்பனும் தாயும் அதைக் கவனிக்கக்கூட இல்ல" என்று குட்டியப்பன் உரக்கக் கத்தினான். யாரும் அதைக் கேட்கவில்லை. குழந்தையின் தலை அப்போதும் பலூன்போல வெளியே ஆடிக் கொண்டிருந்தது. வண்டி தூரத்தில் மறைந்தது. குட்டியப்பன் வண்டியை நிறுத்தி விட்டுக் கண்களை மூடி என்னவோ சொன்னான். அது பிரார்த்தனைபோலத் தோன்ற வில்லை. ஆனால் பிரார்த்தனை போலவும் தோன்றியது.

கணவாயில் ஏறி இறங்கிச் சிறிது தூரம் ஓடி முடிந்தபோது பசு மாட்டைப் பிடித்துக் கொண்டு வந்த ஒருவனைப் பார்த்து குட்டியப்பன் வண்டியை நிறுத்தி யானை வைத்திருக்கும் தேவஸ்ஸி வீட்டை விசாரித்தான். பசு எங்களைப் பார்த்து மெதுவாகச் சீறியது. குட்டியப்பனும் பதிலுக்கு அதேபோலச் சீறினான்.பசு சிரித்தது. "ஓ, அது இங்கே யொண்ணுமில்ல. அம்பலவயல்லேர்ந்து திரும்பிப் போகணும்". பசுவுடன் வந்தவன் சொன்னான்.

"சேட்டன் பாலாயிலேர்ந்து வந்து குடியேறுனவரா?" குட்டியப்பன் கேட்டான்.

"அப்பப்பன்[12] பாலாயிலேர்ந்து. வல்யம்மச்சி[13] ரான்னியிலேர்ந்து" பசுவின் கயிற்றை அவிழ்த்துப் பிடித்துக்

கொண்டு அவன் சொன்னான். 'அப்போ சரி' என்று பசுவிடமும் பசுவுடன் வந்தவனிடமும் சொல்லிக் கொண்டு வண்டி அம்பலவயல் நோக்கி ஓடத் தொடங்கியது. அங்கே போய் தேவஸ்ஸிக் குட்டியின் வீட்டைக் கண்டுபிடிப்பதில் சிரமமில்லாமலிருந்தது. காப்பித் தோட்டத்தின் நடுவில் ஒரு பெரிய வீடு. காப்பிக் கொட்டைகள் காய்ந்து கொண்டிருந்தன. கொடியில் ஒன்றிரண்டு உள்ளாடைகளும் கைவைத்த பனியனும் இருந்தன. வாசலில் நாயுருவிச் செடிகள் இருந்தன. வண்டிச் சத்தம் கேட்டதும் ஒரு நாய் தலை நிமிர்ந்து பார்த்து விட்டு அது யோசித்துக் கொண்டிருந்த விஷயத்துக்குள் மறுபடியும் தலையைத் தாழ்த்திக்கொண்டது. வேறு யாரையும் காணவில்லை. குட்டியப்பன் ஒன்றிரண்டு தடவை வண்டியின் பீப்பியை அடித்தான். கொஞ்சம் கழித்ததும் ஜன்னலைத் திறந்து ஒரு கிழவி எட்டிப் பார்த்துக் கேட்டாள் "யாரு தோமாவா?"

"ஆ . . . ஆமாம்" குட்டியப்பன் சொன்னான். நான் குட்டியப்பனைப் பார்த்தேன்.

"அச்சன்[14] என்னா சொன்னார்?" ஜன்னல் கம்பிகளுக்கிடையில் விழித்துப் பார்த்துக் கொண்டு கிழவி கேட்டாள்.

"அம்மச்சிக்கு ஆயுசும் ஆரோக்கியமும் உண்டாகட்டும்னு சொன்னார்"

கிழவி சிலுவை வரைந்து கொண்டு ஜன்னலைச் சாத்தினாள். எனக்குக் கோபம் வந்தது. "குட்டியப்பா, அவங்ககிட்ட விவரம் கேட்டிருக்கக் கூடாதா?"

செருப்பில் அப்பிய நாயுருவிகளைக் காப்பிச் செடியின் தண்டால் தேய்த்து உதறிவிட்டு குட்டியப்பன் சொன்னான்: "என்னோட பிள்ளேச்சா, தேவஸ்ஸிக் குட்டி எங்கேன்னு இந்தப் பாவத்துக் கிட்ட விசாரிச்சு காரியமில்ல. அந்த மொகத்தப் பாத்தாத் தெரியல அவங்க தோமாவை எதிர்பாத்துட்டிருக்காங்கன்னு"

நான் போய் கிழவியின் ஜன்னலில் இரண்டு தட்டுத் தட்டினேன். கொஞ்சம் கழித்து கிழவி ஜன்னலைத் திறந்தாள். கூடவே தேம்பலான குரல். "யாரு தோமாவா?"

"இல்ல. நாங்க கோட்டயத்திலேருந்து வர்றோம். தேவஸ்ஸிக் குட்டி இல்லையா?" நான் கேட்டேன்.

எதுவும் சொல்லாமல் கிழவி ஜன்னலை மூடினாள். அதைப் பார்க்காததுபோல குட்டியப்பன் ஆகாயத்தைப் பார்த்தான். நானும் ஆகாயத்தைப் பார்த்தேன். ஒருவேளை தேவஸ்ஸிக் குட்டி அந்த வழியாக இறங்கி வந்தால்...

பக்கத்து மரத்தில் ஒரு குயில் வந்து உட்கார்ந்தபோது குட்டியப்பன் சொன்னான்: "முந்தி இங்கே குயிலொண்ணும் இருக்கல பிள்ளேச்சா, சூடு இங்கே வந்தப்போ இதுகளும் குடியேறியிடுச்சு"

சற்றுக் கழித்து குயில் பறந்து போனது. ஒரு இலை என்னவோ சொல்வதற்காக அவசரமாகக் கீழே வந்தது. யோசனையில் முகம் பதித்துக் கிடந்த நாய், எழுந்து உடம்பை உலுக்கிக் கொண்டு சிந்தனைப் பாரத்துடன் வீட்டின் பின்பக்கமாகப்போனது. பழுத்த காப்பிப் பழங்கள் ஒன்றிரண்டைப் பறித்து வாயில் போட்டேன். பிறகு துப்பினேன். அப்போது குட்டியப்பன் ஒரு அடிமையின் கதையைச் சொன்னான்.

முன்பு பிரேசிலிலிருந்து காப்பி ஏற்றிக்கொண்டு போன கப்பலில் ஓர் அடிமை மணம் தாங்க முடியாமல் அதை அடைத்து வைத்திருந்த பெட்டியைத் திறந்து வாசனையை முகர்ந்ததற்காகக் கப்பலின் காப்டன் அவனுடைய சரீரத்தின் எல்லாத் துவாரங்களிலும் காப்பித் தூளைத் திணித்தார். அடிமை இறந்து விட்டான் என்று உறுதியானதும் அந்தத் தூள் முழுவதையும் எடுத்து காப்பி தயாரித்து மற்ற அடிமைகளுக்குக் கொடுத்தார். முதன் முதலாகக் காப்பியின் சுவையைத் தெரிந்து கொண்ட சந்தோஷம் எல்லா அடிமைகளின் முகங்களிலும் தெரிந்தது. ஆனால் அதில் பிராயம் குறைந்த ஓர் அடிமை மட்டும் அழுது கொண்டே காப்பியைக் குடித்தான். காரணம், சுவையாக உள்ளே இறங்கியது அவனுடைய தகப்பனின் மரணத்தின் ருசியாக இருந்தது.

குட்டியப்பன் சொல்லி முடித்ததும் இதையெல்லாம் இந்த ஆசாமி எங்கேயிருந்து பொறுக்கிக் கொண்டு வருகிறான் என்று ஆச்சரியப் பட்டுக் கொண்டிருந்தேன். அப்படி ஆச்சரியத்துக்குள் நின்றிருந்த போது குட்டியப்பனுக்குப் பின்னாலிருந்து ஒரு குள்ள மனிதன் நடந்து வருவதைப் பார்த்தேன். கைகளை யாரோ நெஞ்சுக்கு மேலே இழுத்துக் கட்டிவைத்ததுபோல குறுகிப் போயிருந்தான். வந்தவன் எங்கள் இருவரையும் பார்த்தான்.

"கோட்டயத்திலேர்ந்து" என்றான் குட்டியப்பன்.

"வா" அவன் சொன்னான்.

காப்பித் தோட்டத்தின் வழியாக நாங்கள் நடந்துநடந்து போனோம். முன்னால் அவன். பின்னால் நாங்கள். இதுதானா தேவஸ்ஸிக் குட்டி என்று ரக்சியமாகக் குட்டியப்பனிடம் கேட்டேன். "இருக்கலாம். இல்லாமயிருக்கலாம். ரெண்டானுலும் பிரச்சனையில்ல". குட்டியப்பன் சொன்னான்.

காப்பி பூத்த மணம் சில காட்டு மிருங்களைப் போலத் தாவி வருவதாக எனக்குத் தோன்றியது. அப்போதெல்லாம் அடிமையின் நினைவும் அவனுடைய தகப்பனின் நினைவும் வந்தன. அதனால் காப்பி மணத்துக்கு நேராக மூக்கைப் பொத்திக் கொண்டேன். 'போ மணமே' என்று சாத்தானை விரட்டுவதுபோல மனதுக்குள் சொல்லிக் கொண்டிருந்தேன். நடந்துநடந்து ஒரு பனையோலையால் மறைத்த ஒரு மாடத்துக்குப் போய்ச் சேர்ந்தோம். அதற்குள்ளேயிருந்து ஒருவன் எங்களைப் பார்த்தான். ஒரு பாயை எடுத்து வந்து விரித்துப் போட்டான். நாங்கள் உட்கார்ந்தோம். குட்டியப்பன் பணிக்கர் விஷயத்தைச் சொன்னான். குள்ள மனிதன் தலையாட்டினான். வந்த காரியம் என்னவென்று கேட்டான். வந்த காரியத்தைக் குட்டியப்பன் சொன்னான். குள்ள மனிதன் சற்று நேரம் எதுவும் பேசாமலிருந்து காற்றில் எழுதினான். அவன் எழுதுவதையெல்லாம் குட்டியப்பன் வாசிக்கவும் செய்தான். எழுதி முடித்ததும் அவன் சொன்னான்: 'இந்தத் தோட்டத்தின் தெற்கு மூலையில் நாளை இரவு பத்து மணிக்குப் பிறகு வரலாம். அப்படி நாளைக்கு முடியாதென்றால் இந்த வாரத்தில் என்றைக்கு வேண்டுமானாலும் வரலாம். இரவு பத்து மணிக்குப் பிறகு மட்டும். ஒரு மணி நேரத்துக்கு ஒரு லட்சம் ரூபாய்'. குட்டியப்பன் ஒத்துக்கொண்டான்.

திரும்பக் காப்பிச் செடிகளுக்கு இடையில் அவன் முன்னாலும் நாங்கள் பின்னாலுமாக நடந்தோம். வீட்டு வாசலை அடைந்ததும் 'சரி பார்க்கலாம்' என்று அவன் தலையாட்டினான். அப்போது ஜன்னலைத் திறந்து கொண்டு கிழவி வெளியே பார்ப்பதைக் கவனித்தேன். குள்ள மனிதனிடம் கேட்டேன் "அது அம்மாவா?"

அவன் என்னைப் பார்க்கவில்லை. பதிலுக்குக் குட்டியப்பனைத்தான் பார்த்தான். 'வண்டியிலேறு பிள்ளேச்சா' என்று கமுக்கமாகச் சொன்னான் குட்டியப்பன். வண்டிக்குப் பின்னால் காப்பியின் மணம் ஓடி வருவதுபோலத் தோன்றியதால் குட்டியப்பனிடம் 'வண்டியை வேகமாக விடு' என்றேன்.

வயநாட்டிலிருந்து ஒரே இருப்பாக வண்டியை ஓட்டினான். விடிவதற்குள் கோட்டயம் வந்து சேர்ந்தோம். காந்தி சிலைக்கு முன்னால் வண்டியை நிறுத்திவிட்டு குட்டியப்பன் காந்திக்கும் திருநக்கரையப்பனுக்கும் சேர்த்தே கும்பிடு போட்டான்.

"குட்டியப்பா, இனி வீட்டுக்குப் போனா என்னால வெளியே வர முடியாது. ஒண்ணு நாம இங்கேயே பிரிஞ்சுடுவோம். இல்லே எங்கேயாவது அறையெடுத்து ஒளிஞ்சிருக்கணும்"

குட்டியப்பன் பலமாகக் கொட்டாவி விட்டுக்கொண்டு சொன்னான். "பிள்ளேச்சா, அசோகாலே அறையெடுத்துத்

தூங்கிட்டு மத்தியானமா கொமரகத்துக்குப் போலாம். அங்கேருந்து பெண் பிள்ளையை ஏத்திகிட்டு வயநாட்டுக்கு விடுவோம்"

அதைக் கேட்டதும் நான் திடுக்கிட்டேன். "இந்த வண்டியிலேயே வேணுமா குட்டியப்பா?"

"அதுக்கிப்ப என்னா பிள்ளேச்சா, கூட நம்ம உஷாவும் இருப்பால்ல. பிறகென்னா?"

அசோகாவில் அறையெடுத்தோம். குட்டியப்பனின் குறட்டை அறைக்குள்ளிருந்த மின் விசிறியின் சத்தத்துடனும் வெளியே ஓடும் வாகனங்களின் சத்தங்களுடனும் போட்டி போட்டது. நான் கட்டிலில் திரும்பியும் உருண்டும் கிடந்தேன்.

நடுப்பகலுக்குப் பிறகு குமரகத்தை அடைந்தோம். உஷாவின் வீட்டுக்கு வள்ளத்தில் போக வேண்டும். வள்ளத்தில் ஏறுவதற்கு முன்பே எனக்கு நீச்சல் தெரியாது என்று குட்டியப்பனிடம் சொன்னேன். 'செத்தா நான் கௌரவமா அடக்கம் பண்ணிடறேன் பிள்ளேச்சா' என்று குட்டியப்பன் சமாதானப்படுத்தினான். 'நாம் பீகாரிலேல்ல இருக்கோம். பத்மினி என்னா நெனைச்சுக்குவா' என்று சங்கடத்துடன் கேட்டபோது, 'அப்படீன்னா வள்ளம் கவிழாம இருக்க மண்டிபோட்டுப் பிரார்த்தனை செய்றேன்' என்று குட்டியப்பன் சொன்னதும் ஆடித் திரும்பிய வள்ளம் நேராக நகர்ந்தது. 'நம்ம பிரார்த்தனைய தெய்வம் கேட்டிருச்சு பாத்தீங்களா?' என்று சொல்லி இரண்டு கைகளாலும் நீரை அள்ளி வீசினான்.துடுப்புக்காரன் துடுப்பை ஆழமாகப்போட்டுத் துழாவினான்.

உஷா வீட்டுக்குப் போகும் சிறயில்[15] நடப்பதற்கிடையில் சட்டென்று வட்டமாகத் திருப்பி நிறுத்தி விட்டு குட்டியப்பன் விளைநிலத்தில் சுட்டிக்காட்டினான். புற்களுக்கிடையில் எதுவும் தெரியாத ஒருவன். நான் கண்களால் யாரென்று கேட்டேன். குட்டியப்பன் காதுக்குள் எலி சுரண்டுவதுபோல குட்டியப்பன் 'மழைக் கொச்சன்'[16] என்றான் நான் இன்னொரு முறை பார்ப்பதற்காகக் கண்களை அனுப்பியபோது ஆளைக் காணவில்லை. 'கண்டத்திலே[17] கண்கட்டு வித்தைக்காரனாக்கும்' என்றான் குட்டியப்பன். முந்தி இப்படி ஒளிஞ்சிருந்துதான் வியட்நாம்காரங்க அமெரிக்காக்காரர்களை ஊம்பவிட்டாங்க. நான் குட்டியப்பனின் முகத்திலிருந்து துள்ளி வரும் சரித்திரத்தைப் பார்த்துக்கொண்டு நிற்கையில் முன்னாலிருந்த புதர்க்காடுகளிலிருந்து நிறைய கொக்குகள் படபடவென்று ஆகாயத்துக்குப் பறந்து எழுந்தன. குட்டியப்பன் அவர்களைப் பார்த்துக் கை வீசினான். நான் கேட்டேன்: "வியட்நாம்காரங்களா?"

“இங்கேயெங்கே குட்டியப்பா வியட்நாம்காரங்க. இங்கே முழுசும் சீனா, ரஷ்யா பாய் பாய் ஆயிருந்ததே?”

போகும் வழியில் ஒரு வீட்டின் முன்னால் கப்பைக் கிழங்கு உலரப்போட வைத்திருந்த சிக்குப் பாயின் தலைமாட்டில் கிழிந்துபோன ஒரு சிவப்புக் கொடி குத்தி வைக்கப்பட்டிருந்தது. கொடிக்குப் பயப்படாமல் காக்கைகள் அதைச் சுற்றி நடந்து கொண்டிருந்தன.

“உஷா வீட்டுக்காருக்கும் இல்லே” எதிரில் வந்த ஒரு கிழவன் கேட்டான்.

‘தீர்க்க தரிசனம் கொண்ட தெய்வப் பிறவிகளாச்சே நீங்கள்’ என்று பதில் சொன்னான் குட்டியப்பன். கிழவனுக்கு எதுவும் புரியவில்லை யென்றாலும் அமுக்கமாகச் சிரித்தான். நடப்பதற்கு இடையில் நான் ஓரிருமுறை அவனைத் திரும்பிப் பார்த்தேன். அப்போதெல்லாம் அவனும் என்னைத் திரும்பிப் பார்த்துக் கொண்டேயிருந்தான்.

சிறயில் இரண்டு மூன்று தென்னை மரங்களுக்கு இப்பா லிருந்தே ‘உஷே’ என்று கூப்பிட்டுக் கொண்டே குட்டியப்பன் நடந்தான். உஷாவின் வீட்டை வீடு என்று சொல்ல முடியாது. ஆஸ்பெஸ்டாசும் ஓலையும் வேய்ந்த மேற்கூரை, சுற்றிலும் கள்ளிப் பலகைகள் அடித்த ஒரு பெரிய மறைப்பு. அதற்குப் பின்னால்தான் சிற போகிறது.ஒற்றை அரச மரமும் கொஞ்சம் சட்டிகளும் சமையலறை நீர் விழுந்து ஊறிய மண்ணில் உட்கார்ந்திருந்தன. ஒரு பூனை ஆட்டுக்கல் மேல் உட்கார்ந்து கால் நக்கித் துடைத்துக்கொண்டிருக்கிறது. ரேடியோவிலிருந்து பாட்டும் இடையில் வெடிச்சத்தமும் கேட்டன. குட்டியப்பன் இன்னொரு தடவை ‘உஷே’ என்று நீட்டி அழைத்தான். சட்டென்று ரேடியோவின் பேச்சு நின்றது. சமையலறைப் பக்கமிருந்து ஒரு பெண் துள்ளி இறங்கி வருவதை நான் பார்த்தேன். குட்டியப்பனைக் கண்டதும் அந்தக் கறுத்த முகம் மலர்வதைப் பார்த்தேன். ‘என் தெய்வமே, இது யாரு’ என்று சொல்லி வெட்கத்தில் முகம் சிவந்தாள். ஆச்சரியப்பட்டுக்கொண்டு அப்படியே நின்ற பிறகு இங்கே நிற்காமல் முன் பக்கமாக வாருங்கள் என்று சொல்லி எங்களையும் கூட்டிக் கொண்டு நடப்பதற்கிடையில் ஆட்டுக் கல்லிலிருந்து தாவிய பூனையை ‘நாசமாப் போற பூனை’ என்று சொல்லிக் கொண்டு எத்தி விட்டாள்.

சின்னதாகச் சிணுங்குகிற பெஞ்சில் நாங்கள் உட்கார்ந்தோம். ‘சாரே, என்னா வேணும், காப்பி வேணுமா, இல்ல, தோ, ஒரு

ஓட்டம் ஓடினா நல்ல அந்தி கெடைக்கும் என்னா வேணும்னு சொல்லு சாரே' என்று சொல்லிக்கொண்டு உஷா நின்றாள். 'ஒண்ணும் வேண்டாம், உஷே, நீ கொஞ்சம் அடங்கி இரு' என்று சொல்லிவிட்டு குட்டியப்பன் உஷாவை ஒருமுறை பார்த்தான். அந்த நோட்டம் உஷாவை மறுபடியும் சிவக்கச் செய்தது.

"தாமோதரன் எங்கே?" குட்டியப்பன் கேட்டான்.

சிவப்பிலிருந்து வெளியே வராமல் உஷா அப்படியே நின்று கொண்டு சொன்னாள் "தோ, இப்பத்தான் அந்தப் பக்கமாப் போச்சு. ஒண்ணு ஷாப்பில இருக்கும்.இல்லே பார்ட்டி ஆபீசில இருக்கும். வேறெ எங்கேயும் போகாது. பாக்கணுமா?"

'சும்மா கேட்டேன்' என்று சொல்லிவிட்டு குட்டியப்பன் காரியத்துக்கு வந்தான். "ரெண்டு நாளைக்கு வயநாடுவரைக்கும் கொண்டுபோறதுக்கு நல்ல குட்டிக எதுவும் உன் கையில் இருக்கா?"

உஷாவின் முகத்திலிருந்த பிரகாசம் அணைந்தது. "என்னோட சாரே, துணிக்கடையில வேலை பாக்குற ஒண்ணு ரெண்டு இருக்கு. ஆனா, சாயந்திரம் வீட்டுக்குப் போகணும். இல்லேன்னா பிரச்சனை. இந்த எடத்த விட்டு எங்கேயும் வராது"

ஒரு காக்கை வாசலில் வந்து கத்திவிட்டுப் போனது. நான் குட்டியப்பனையும் உஷாவையும் மாறிமாறிப் பார்த்தேன். இரண்டு பேரும் என்னவோ யோசிக்கிறார்கள். கடைசியில் உஷா யோசனையை முடித்துக் கொண்டாள் "நான் வந்தாப் போதுமா?"

குட்டியப்பன் பெஞ்சில் அசைந்து உட்கார்ந்து விட்டுச் சொன்னான்: "என்னோட உஷே, இது நல்ல சின்னப் பிள்ளைங்க தேவைப்படற ஏற்பாடாக்கும்" "சாரோட ஏற்பாடுதானே, ஹோ, எனக்குத் தெரிஞ்சதுதானே?" உஷா என் பக்கம் திரும்பினாள்: "முந்தி ஒரு தடவை இந்தக் குட்டியப்பன் சார் என்னைக் கூட்டிட்டுப் போனாரு. நான் அன்னைக்கு பீல்டுக்கு வந்த சமயம். அப்புறம் என்னா பண்ணினாருங்கிறீங்க! என்னோட ஒடம்பு முழுசும் எண்ணெ தேச்சுவுட்டு ஒரு டேப் ரிக்கார்டர்ல பாட்டைப் போட்டார். அப்புறம் எங்கிட்ட சொல்றாரு, டான்ஸ் ஆடறதாம். ஒட்டுத் துணியில்லாமயாம். ஹோ, இப்பவும் எனக்கு அதை நெனைச்சுப் பாக்க முடியல. பத்து பேர் கூடப் படுத்துடலாம். ஆனா அந்த வேல? என்னோட அம்மோ, கொஞ்சம் அத்து மீறுனதாப் போச்சு. அப்புறம் போற நேரத்தில நெத்தியில ஒரு முத்தமும்"

இதைக் கேட்டதும் குட்டியப்பன் உரக்கச் சிரித்தான். அந்தச் சிரிப்பு படர்ந்து கிடக்கும் வயலுக்கு மேலாகப் பறந்து பக்கத்திலிருக்கும் ஒரு தென்னையின் உச்சிக்குப் போய் ஒரு காவளங்காளியுடன்[18] உட்கார்ந்து கொண்டது.

"இனி இப்ப என்னா செய்ய?" உஷா கொண்டு வந்த காப்பியை ஊதிக் குடித்துக்கொண்டு குட்டியப்பன் கேட்டான்.

"தாசப்பாப்பியைப் பாருங்க. கொஞ்ச உருப்படிங்க கையில் வந்திருக்குன்னு கேள்விப்பட்டேன்" உஷா சொன்னாள்.

குட்டியப்பன் காப்பியை ஊதிக்கொண்டு உட்கார்ந்திருந்தான். புறப்படுகிற நேரத்தில் உஷா ஒரு பிளாஸ்டிக் கவரில் மீன்கறியைக் கொண்டு வந்து கொடுத்தாள். "வாளை மீன் தலை, போற வழியில தொட்டுக்கலாம்" நான் உஷாவைப் பார்த்தேன். குட்டியப்பன் தந்த முத்தம் அந்த நெற்றியில் மறையாமல் இருப்பதாகத் தோன்றியது.

உஷா கொஞ்ச தூரம் கூடவே வந்தாள். விவசாயம் செய்யாமல் தரிசாகக் கிடந்த கண்டத்தைப் பார்த்து விட்டு உஷாவிடம் கேட்டேன்: "இங்கே யாரும் விவசாயம் பண்றதில்லையா?"

உஷா பதிலை குட்டியப்பனிடம் சொன்னாள்: "இந்த சார் பத்திரிகையொண்ணும் படிக்கறதில்லயா?"

உஷாவின் வாளை மீன்கறியின் உறைப்பு கோட்டயத்துக்கு வந்து சேர்ந்தும் நாக்கில் கொதித்துக் கொண்டிருந்தது.

ரெயில்வே பாலத்தின்மேல் வண்டியை நிறுத்திவிட்டு குட்டியப்பன் என்னை அங்கேயே உட்கார்ந்திருந்தால் போதும் என்று சொல்லி குறுக்கு வழியாக எங்கேயோ போனான். ஒன்றிரண்டு ரயில்கள் தெற்கும் வடக்குமாகப் போவதைப்பார்த்துக்கொண்டு உட்கார்ந்திருந்தேன். இடையில் ஒருவன் வந்து 'இங்கே உட்கார்ந்திருக்கிறது எதுக்காக?' என்று கேட்டபோது 'சும்மா உட்கார்ந்திருக்கேன்' என்று சொன்னேன். 'மருந்து[19]க்குன்னு வந்திருந்தா போலீசு வர்றதுக்குள்ள வடியாயிடு'[20] என்றான். எனக்கு எதுவும் புரியவில்லை. புரியாத விஷயங்களை யோசித்துக் கொண்டிருப்பதற்கு இடையில் குட்டியப்பன் அவசரமாக வந்தான். சட்டென்று வண்டியை ஸ்டார்ட் பண்ணினான். இந்த வண்டிக்கு இவ்வளவு ஸ்பீடா என்று யோசித்தேன். போகிற வழியில் குட்டியப்பன் சொன்னான். 'தாசப்பாப்பியோட வீட்டுக்குப் பக்கத்தில் கிறுக்கனுங்க[21] பூந்துட்டாங்க. ரெண்டு கிலோ ஜேம்ஸைப்[22] புடிச்சிட்டாங்க'. சொல்லி முடிப்பதற்குள் வண்டி திருநக்கரை மைதானத்துக்கு வந்து சேர்ந்திருந்தது.

மீன் சாப்பிட்டிருப்பதால் கோவிலுக்குள் வர முடியாது என்று குட்டியப்பனிடம் சொன்னேன். ‘அதுக்கு இப்ப யாரு கோவிலுக்குள்ள போறாங்க? அந்த தாசப்பாப்பி நடையில எங்காவது இருக்கான்னு பாக்கறதுக்குத்தானே பிள்ளேச்சா’ என்று சொல்லி என் கையைப் பிடித்து நடந்தான். கோவில் நடையில் நுழையும்போது குகையிலிருந்து வருவது போன்ற சப்தம்.

காட்டிலிருக்கும் மூலிகையை
நாட்டுக்குக்கொண்டு வந்து சிலபேர்
காட்டும் கோமாளி வித்தையை
பார்த்துட்டுப் போங்க நீங்க
கேட்டுட்டுப் போங்க நீங்க...

நடையில் இருட்டிலிருந்து சாட்டர்ஜி முகர்ஜி பாடிக் கொண்டிருந்தார். சாட்டர்ஜி முகர்ஜி வைக்கத்துக்காரர். கோவில் நடையும் திருநக்கரையப்பனுமாக இங்கேதான் வருடக் கணக்காக வாழ்க்கை. ஒரே சொத்தாக இருந்த ஹிந்தி அகராதியை திருநக்கரையப்பனுக்குக் கொடுத்து விட்டார். நெருக்கடி நிலைக் காலத்தில் ஆனந்த் ஹோட்டலுக்கு முன்னாலிருந்த பூவரச மரத்தில் ஏறி உட்கார்ந்து கீழே நடந்துபோன போலீஸ்காரனிடம் ’நான் தான் வெள்ளத்தூவல் ஸ்டீபன்’ என்று கூப்பாடு போட்டதன் இருமலும் வலியும் இன்றும் சாட்டர்ஜியின் முதுகெலும்பு வழியாக எட்டிப் பார்ப்பதுண்டு.காலை முதல் கைலாசநாதனை நினைத்துக் கொண்டு புகையிழுத்துக்கொண்டு உட்கார்ந்திருப்பார். இழுத்துக் கொண்டிருந்த பீடியைக் கொடுத்து குட்டியப்பனை வரவேற்றார்.

“அலக் சம்போ மஹாதேவ்” என்று பக்திப் பரவசத்துடன் கூவிவிட்டு குட்டியப்பன் புகையை உறிஞ்சி இழுத்தான். பிறகு மெதுவாக வெளியே விட்டான். அது இருட்டின் தோளைப் பிடித்து ஏறிப் போனது. சாட்டர்ஜி பீடியின் ஒட்டியாணத்தை அவிழ்த்து அடுத்த புகைக்காக உள்ளங்கையில் போட்டுத் தேய்க்கத் தொடங்கினார்.

தீபாராதனை முடிந்து நெற்றி நிறைய விபூதி பூசி இரண்டு காதுகளிலும் நிறையப் பூக்களையும் செருகிக்கொண்டுதான் தாசப்பாப்பி வந்தான். குட்டியப்பனைப் பார்த்ததும் கட்டிக் கொண்டான். ‘தோ, இப்பக் கூட திருநக்கரையப்பன் கிட்டே குட்டியப்பன் சார் சுகமா இருக்கணும்னு பிரார்த்தனை பண்ணிட்டு வர்றேன்’ என்று சொல்லவும் அந்த முற்றிய பொய் முகத்தில் விசிறிய நாற்றத்தில் குட்டியப்பன் கொஞ்சம் பின்னுக்குச் சாய்ந்தான். கோவில் காளை எங்கள் பக்கமாக வந்து பார்த்தது. குட்டியப்பன் காளையின் நெற்றியை வருடிக் கொடுத்தான். நான் வந்ததனால் உங்கள் பேச்சை நிறுத்த

வேண்டாம் என்ற பாவத்தில் அங்கே நிற்காமல் போனது. காளை போனதும் 'புது கட்சிங்க ஏதாவது கையிலேருக்கா?' என்று குட்டியப்பன் தாசப்பாப்பியிடம் கேட்டான். அதைக் கேட்டதும் தாசப்பாப்பி திரும்பி திருநக்கரையப்பனைப் பார்த்து, 'சத்தியமா இல்ல சாரே, ஒண்ணுகூட இல்ல' என்று ஆணையிட்டான். 'சார் முந்தி கூட்டிட்டுப் போன பிந்து இருககாளே அவ போன வாரம் யாரோட கொழந்தையையோ பாத்துக்கறதுக்குன்னு சொல்லி பெர்ஷியாவுக்குப் போயிட்டா. அவ இருந்தா அவளக் குடுத்திருப்பேன். என்னாருந்தாலும் அவளுக்கு சாரை பயங்கர இஷ்டமாருந்தது. 'மொதல்ல சார் கையிலதான் அவளக் குடுத்தேன்' என்று என்னிடம்தான் தாசப்பாப்பி சொன்னான். 'இந்த சாரானா மூக்கில பஞ்சை வெச்சு, சாம்பிராணியும் வெளக்கும் கொளுத்தி வெச்சு தரையில விரிச்ச பாயில வெள்ளைத் துணியப் போத்திகிட்டு ஒரே கிடப்பு. அப்புறம் அவகிட்ட சொல்றாரு இங்கே செத்துக் கிடக்கறது உன்னோட அப்பன்னு நெனைச்சுகிட்டு அழுன்னு.

ஹோ, அன்னைக்கு அவ சொன்னா, என்னோட தாசப்பாப்பி, ரொம்ப நேரம் பேசாம உக்காந்திருந்தேன். அப்புறம் அவரப் பாத்தப்போ ஒரு அப்பன்கிட்ட தோணற இஷ்டமெல்லாம் தோணிச்சு. நான் அழத் தொடங்கிட்டேன். கடைசியில எனக்கு அழுகையை எப்படி நிறுத்தரதுன்னு தெரியாமப் போச்சு. அப்புறம் அவரு எந்திரிச்சு வந்து கண்ணைத் தொடச்சு விட்டு நெறைய காசும் குடுத்து சூடான காப்பியை ஆத்திக் குடுத்து குடிக்க வெச்சுட்டுத்தான் அனுப்பினாரு. இதெயெல்லாம் சொல்றப்ப அவ கண்ணுல தண்ணி வரும் சாரே'. இதைக் கேட்டதும் குட்டப்பன் உரக்கச் சிரித்தான். வழியில் போன ஒன்றிரண்டு ஆட்டோ ரிக்ஷாக்கள் சத்தம் கேட்டுத் திரும்பிக் கூடப் பார்த்தன.

"இனி என்னா செய்ய?" குட்டியப்பன் கேட்டான்.

தாசப்பாப்பி கொஞ்ச நேரம் யோசித்து விட்டு சொன்னான்: "ஆர்ப்பூக்கரைக்கார ஆளு ஒருத்தன் இப்ப குற்றிப்புறத்தில இருக்கான். அங்கே போய் ஒன்னுரெண்டு மாசந்தான் ஆயிருக்கும். அவனோட மக ஒருத்தி இருக்கா. பதினாறே வயசு. சில சமயம் கெடைக்கலாம்" 'ஓ, அதெல்லாம் பெரிய கஷ்டமில்லியா தாசப்பாப்பி' என்று குட்டியப்பன் சந்தேகப்பட்டபோது 'ஹே, பெரிய கஷ்ட மொண்ணுமில்ல' என்று தாசப்பாப்பி ஆறுதல் சொன்னான். 'இந்த தகப்பங்காரன்தான் பொண்ண கர்ப்பிணி ஆக்கினான். அன்னைக்கு அதைக் கலைச்சது நம்ம டாக்டருதான். ஊர்க்காரங்க இத மோப்பம் புடிச்சு வர்றதுக்குள்ள ஆசாமி இடத்தை வித்துட்டுப் போனதாக்கும். இடத்தோட

விவகாரத்தையுங்கூட நாந்தான் முடிச்சுக் குடுத்தேன். குட்டியை அத்தியாவசியம் ஓட விடறதா அந்த ஆளுக்குப் பிளான் இருக்குன்னு எனக்குத் தோணியிருக்கு. ஒண்ணு தட்டிப்பாரு. நான் சொல்லி வந்ததாச் சொன்னாப் போதும்"

எனக்கு லேசாகப் பயம் தோன்றியது. நான் குட்டியப்பனைத் தள்ளி நிறுத்தி 'இது வேணுமா' என்று கேட்டேன். குட்டியப்பன் எதுவும் பேசாமல் என்னைப் பார்த்து விட்டு சாட்டர்ஜி முகர்ஜியிடம் போய் ஒரு புகைகூட இழுத்து விட்டு 'ஜோ வாதா கியா' என்று இரண்டு வரி பாடினான். பக்கத்தில் உட்கார்ந்திருந்த ஆள் சொல்வதும் கேட்டது: "என்னோட ஆசானே, இது வழியா லதாவோட வரவொண்ணு இருக்கு. ஓ, என்ன வரவாக்கும் அது?"

ஆனந்த மந்திரத்தின் முன்னால் வைத்துத்தான் குட்டியப்பனின் நாவிலிருந்து லதாவின் வருகை வந்தது: 'யே மானாஹமே ஜான்சே ஜானே படேகா' இரண்டு பக்கமும் மலையாள எழுத்து 'ன' வை யாரோ எழுதக் கற்றுக் கொடுத்தது போலிருக்கும் குற்றிப்புறம் பாலத்தின் மேல் போகும்போது 'கீழே துணியில்லாமக் கெடக்கிறது யாருன்னு பாருங்க' என்று குட்டியப்பன் சொன்னான். மணலால் தீட்டப்பட்ட ஒரு பெரிய சரீரம் அங்கே நீண்டு நிமிர்ந்து கிடக்கிறது. ஓ, நம்ம மீனச்சிலாறு இதை விடவும் பரவாயில்லை' என்று நான் சொன்னது பாலத்துக்கு அடியில் இறங்கிப் போயிற்று. 'மெதுவாப் பேசுங்க பிள்ளேச்சா, பொணத்தைக் குத்தக் கூடாது' என்று குட்டியப்பன் திட்டினான். "ஓ, கேட்டா இப்பக் கிழிச்சுடுவாங்க". எனக்கும் கோபம் வந்தது. "பாம்பையும் சேட்டனையும் பாத்தா முதல்ல சேட்டனை அடிச்சுக் கொல்லுன்னுல்லே வடக்கே இருக்கிறவங்க சொல்றது. இப்ப மலைப்பாம்பு செத்துக் கெடக்கிற மாதிரியான இந்தக் கெடப்பு. யாரு கொன்னது நாமளா?" குட்டியப்பன் வண்டியை நிறுத்திக் கீழே பார்த்தான். மணலின் மூச்சு மேல்நோக்கி வந்தது.

தாசப்பாப்பி கொடுத்த முகவரியிலிருக்கும் ஆளைக் கண்டு பிடிக்க மிகவும் சிரமப்பட்டோம். கடைசியில் ஒன்றிரண்டு பறம்புகள் ஏறி இறங்கித்தான் தங்கப்பன் நாயரின் வீட்டைக் கண்டு பிடிக்க முடிந்தது. நாங்கள் போன போது தங்கப்பன் நாயர் புட்டுக் குடத்தில் வெந்நீர் நிரப்பி ஆவி பிடித்துக்கொண்டிருந்தார். சத்தங்கேட்டுத் தலைவழியாக மூடியிருந்த துண்டை எடுத்துப் பார்த்தார். தங்கப்பன் நாயர் முகத்தில் இப்போதுதான் கொப்புளித்த வைசூரி போல ஆவியின் குமிழிகள் இருந்தன. "யாரு?" தங்கப்பன் நாயரின் குரலில் சின்ன நடுக்கமிருந்தது. "ஓ, இங்கே பக்கத்திலேருந்துதான்" குட்டியப்பன் சொன்னான்.

முகத்திலிருந்த கொப்புளங் களைத் துடைத்து விட்டு தங்கப்பன் நாயர் வெளியே வந்தார். தன்னந்தனியாகப் பேசுகிற ஆளைப் போல புட்டுக் குடம் அப்போதும் வெள்ளை நீராவியால் ஓசையில்லாமல் பேசிக்கொண்டிருந்தது.

கோட்டயத்திலிருந்து தாசப்பாப்பி சொல்லி வருவதாகக் குட்டியப்பன் தங்கப்பன் நாயரிடம் சொன்னான். காரியம் என்ன என்று தெரிந்து கொள்ளும் துளைப்பு தங்கப்பன் நாயரின் கண்களில் இருந்தது. 'இங்கேயே நிக்கணுமா, வெளியில போலாமே?' என்ற குட்டியப்பன் கேட்டதும் சடாரென்று சட்டை போட்டுட்டு வந்துடறேன் என்று சொல்லி தங்கப்பன் நாயர் கால்களை அகட்டி வைத்து நடந்து வீட்டுக்குள்ளே போனார். அவருடைய மல்மல் வேட்டிக்கு அடியில் வீங்கிய விரைகள் தொடைகளுக்கிடையில் உரசிக் கொள்வதைப் பார்த்தேன். ஒன்றிரண்டு முறை கண்ணை இடுக்கி வீட்டுக்குள்ளே பார்த்தேன். ஆனால் யாரையும் காணவில்லை. தங்கப்பன் நாயர் சட்டையை மாட்டிக்கொண்டு வேகமாக வந்தார்.

"இங்கேல்லாம் மனைக்கு என்ன விலை?" குட்டியப்பன் கேட்டான். "பன்னெண்டு" என்றார் தங்கப்பன் நாயர். "வீட்டுக் கூரையெல்லாம் ஒழுகுது. சமையல் கட்டோட செவுரு இப்போ விழுந்துடப்போறேன்னு சொல்லிட்டிருக்கு.எல்லாத்தையும் சரி பண்ணணும்னா ஒண்ணரை யாவது வேணும். கையிலேன்னா காசுமில்ல" "காசை நெனச்சுப் பயப்பட வேண்டாம். ஒரு ரெண்டு ரூபா நான் தர்றேன்.மேலே வேணும்னாலும் சொன்னாப் போதும்" குட்டியப்பன் தங்கப்பன் நாயரின் தோளில் கைபோட்டுக் கொண்டுதான் இதைச் சொன்னான். நான் குட்டியப்பனைப் பார்த்தபோது 'அதானே பிள்ளேச்சா, அதோட சரி' என்று என்னிடம் கேட்டான். நான் தலையாட்டினேன். வேறு என்ன செய்ய?

தங்கப்பன் நாயரை ஜீப்பின் பின்னால் ஏற்றினான். 'சும்மா ஒரு வட்டமடிச்சுட்டு வரலாம்' என்று வண்டியைக் கிளப்பினான். கொஞ்ச தூரம் தாண்டியதும் தங்கப்பன் நாயரிடம் குட்டியப்பன் சொன்னான்: "நானே காச்சின சின்னது சீட்டுக்கு அடியிலே இருக்கு. எடுத்து அடிச்சுக்கோ" தங்கப்பன் நாயர் ஒவ்வொரு மிடறு இறக்கும்போதும் பாம்பு சீறுவதுபோல சத்தமெழுப்பினார்.

"எப்படியிருக்கு?" குட்டியப்பன் கேட்டான்.

"ஓ, அமிர்தமில்லயா, அமிர்தம்" தங்கப்பன் நாயர் சொன்னார்.

ஒரு எரி மணம் வண்டிக்குள்ளே நிரம்பியது. இடையிடையே தங்கப்பன் நாயரின் சீழ்க்கையும். ஆளில்லாத இடத்தைப் பார்த்து

குட்டியப்பன் வண்டியை நிறுத்தினான். தங்கப்பன் நாயர் வெளியே இறங்கத் தொடங்கியபோது 'அங்கேயே உக்காருங்க சேட்டா' என்று சொல்லிக்கொண்டு வண்டிக்குப் பின்னால் வந்து நின்றான். குட்டியப்பனும் தங்கப்பன் நாயரும் சிறிது நேரம் எதுவும் பேசவில்லை. இப்படிப் பேசாமல் நின்றுநின்றே இவர்களுடைய வாழ்க்கை இங்கே தீர்ந்து போய் விடுமோ என்று கூட நான் பயந்தேன். ஆனால் குட்டியப்பனே மௌனத்தை உடைத்தெறிந்தான். "வந்த காரியம் புரிஞ்சிருக்குமில்லயா? குட்டியப்பன் கேட்டான். தங்கப்பன் நாயர் தலையாட்டினார். ஆனா சின்னப் பிரச்சனையிருக்கு. அதையிப்ப எப்படிச் சொல்றதுன்னு எனக்குத் தெரியல. தங்கப்பன் நாயர் சேட்டா, எனக்கு உங்க மக வேணும். ஒரு யானையோட தும்பிக்கையில சாய்ச்சு நிறுத்தி நான் போகிக்கறதுக்காக" ஒரு தகப்பன் இதை எப்படிக் கேட்டுக் கொண்டு நிற்கிறான் என்ற பதற்றம் ஒரு நொடி நேரத்துக்கு என் உடலைப் புகையச் செய்தது. ஆனால் தங்கப்பன் நாயர் இடையிடையே இரை பிடிப்பதுபோல நாக்கை நீட்டி வாற்றுச் சாராயத்தின் வீரியத்தை வெளியிலிருந்த காற்றுடன் இணைசேர்த்துக் கொண்டிருந்தார். தங்கப்பன் நாயர் இன்னொரு தடவை குடித்து விட்டுக் கேட்டார்: "சாரே, அதெல்லாம் பெரிய ஆபத்தான வேலயில்லையா?"

"என்னா ஆபத்து. என்னொட சேட்டா. படுக்கவெக்கிறதுக்குப் பதிலா நிக்கவெக்கிறோம். செவுத்துக்குப் பதிலா யானையோட தும்பிக்கை. அவ்வளவுதான்" "இருந்தாலும்" தங்கப்பன் நாயருக்குள்ளேயிருந்த தகப்பன் சந்தேகப்பட்டான்.

"நாம் கைக்கொழந்தைகளத் தூக்கிட்டு யானையோட காலுக்கு அடியில நுழைஞ்சு போறதில்லையா? பறையெடுக்கிறப்போ பிள்ளைங்களை தும்பிக்கையால தொடவிடறதில்லயா. அவ்வளவுதான். நமக்குத் தெரிஞ்ச யானையாக்கும். ஒரு எறும்பு சாஞ்சு நிக்கற மாதித்தான் அதுக்குத் தோணும்" தங்கப்பன் நாயர் தலையாட்டிக்கொண்டிருந்தபோது குட்டியப்பன் ஒரு கட்டு நோட்டை எடுத்து அவர் கையில் திணித்தான்.

திரும்பிப் போகிற வழியில் குட்டியப்பன் "கொழந்தைய ஒரு தடவ பாக்கணுமே தங்கப்பன் நாயர் சேட்டா" என்றான். 'ஓ, அதுக்கென்ன, இப்ப வீட்டுக்குத்தானே போறோம்' என்று அவரும் சொன்னார். "ஒரு காரியம் பண்ணுங்க. நாங்க வண்டியிலேயே இருக்கோம். சேட்டன் கொழந்தையக் கூட்டிட்டு வா. நாம அவளுக்குக் கொஞ்சம் துணியெல்லாம் வாங்க வெளியிலே போலாம்" என்று சொன்னான் குட்டியப்பன். தங்கப்பன் நாயர் வண்டியிலிருந்து இறங்கினார். அவர் போனதும் 'கொஞ்சம்

கை மீறின வெளையாட்டில்லயா?' என்று குட்டியப்பனிடம் கேட்டேன்.

குட்டியப்பன் கண்களை மூடி என்னவோ சொல்லிக் கொண்டிருந்தான். அது பிரார்த்தனை போலத் தோன்றவில்லை. ஆனால் பிரார்த்தனை போலவும் தோன்றியது.

“சாரே, இதோ மக” தங்கப்பன் நாயரின் குரல் கேட்டுத்தான் திரும்பிப் பார்த்தான். சின்னப் பெண் குழந்தை. எனக்கு சட்டென்று என்னுடைய மகளுக்கும் கொஞ்ச நாட்களுக்கு முன்பு இதே சாயல்தான் இருந்ததோ என்று தோன்றியது.

“வண்டீல ஏறு” குட்டியப்பன் சொன்னான்.

வண்டி ஓடத் தொடங்கிய பிறகு குட்டியப்பன் திரும்பி உட்கார்ந்து கேட்டான்: “கொழந்தையோட பேரென்னா?”

அவள் எதுவும் சொல்லவில்லை.

“என் பேரு குட்டியப்பன். இது பிள்ளேச்சன். முந்தி கல்ஃபிலே இருந்தார். இப்போ அங்கேருந்து வந்து சும்மா திரியறார். எனக்கு வேலை எதுவுமில்ல”

வண்டி ஒரு பள்ளத்தில் இறங்கி ஆடிப் பாய்ந்தது.

“இந்தப் பிள்ளேச்சனுக்கு உன்னை மாதிரியே ஒரு மக இருக்கா. பாத்தா இப்படித்தான் இருப்பா.நல்ல வெளுப்பு, பெரிய கண்ணுங்க” என் குரல் வளையில் ஒரு நொடி பாரமேறியதுபோலத் தோன்றியது.

“மோளோட பேரு சொல்லு மோளே” குட்டியப்பன் மறுபடியும் கேட்டான்.

“அவள வீட்டில கூப்புடறது...” தங்கப்பன் நாயர் சொல்லத் தொடங்கியதை அப்போதே தடுத்துவிட்டுக் குட்டியப்பன் சொன்னான்: “இவளுக்குப் பேரு சொல்லத் தயக்கம்னா நான் லீலான்னு கூப்பிடப் போறேன்” “அது நல்லாருக்கு” என்று தங்கப்பன் நாயர் ஒரு அசட்டுச் சிரிப்புச் சிரித்தார்.

துணிக்கடையிலும் அவள் எதுவும் பேசாமல் நின்றிருந்தாள். சேல்ஸ்மேனின் இரு கைகளிலிருந்து பல வண்ணத் துணிகள் மேஜை மீது கொஞ்ச தூரம் மட்டுமே பறக்கும் பறவைகளைப் போல வந்து விழுந்து கொண்டிருந்தன. அவள் எதையும் பார்க்கவில்லை என்பது எனக்குப் புரிந்தது. குட்டியப்பன் தான் எல்லாவற்றையும் தேர்ந்தெடுத்தான். ஒரு சேல்ஸ் கேர்ளை அழைத்து நல்ல பூக்கள் போட்ட நிறமுள்ள உள்ளாடைகளும் பிரேசியரும் நான்கைந்து எடுத்து வைக்கும்படி ரகசியமாகச்

122 உண்ணி. ஆர்

சொன்னான். சேல்ஸ் கேர்ள் சின்ன வெட்கத்துடன் ‘சைஸ் தெரியணும்’ என்று சொன்னபோது ‘ஓ, உன் சைஸ்லே எடுத்தாப் போதும்’ என்றான் குட்டியப்பன்.

துணியெல்லாம் எடுத்து முடிந்ததும் குட்டியப்பன் லீலாவிடம் ‘என்னவாவது சாப்பிட வேண்டாமா?’ என்று கேட்டான்.

“பின்னே, வேண்டாமா. வயிறு தகிக்குது” தங்கப்பன் நாயர் பதில் சொன்னார்.

லீலா ஒன்றும் சாப்பிடவில்லை. பாத்திரத்தில் விரல்களைச் சும்மா வைத்திருந்தாள். ஆறிக் குளிர்ந்து போன அந்த விரல்கள் பட்சணத்தின் சூட்டையும் சட்டென்று குளிர வைத்தன.

“சாப்பிடு லீலா” குட்டியப்பன் சொன்னான்.

“சார், அதைப் பாக்க வேண்டாம். அவ பெரிசாச் சாப்பிடறவ இல்ல” மாமிசத்தின் எலும்பை உறிஞ்சிக் கொண்டு தங்கப்பன் நாயர் சொன்னார்.

‘இவளோட அம்மாவுக்கும் ஒரு பார்சல் வாங்கிடுங்க’ என்று நினைவுபடுத்தினார் தங்கப்பன் நாயர்.

“நல்ல புருஷன்” தங்கப்பன் நாயரைக் கட்டியணைத்துக் கொண்டு குட்டியப்பன் சொன்னான்.

குற்றிப்புறத்து லாட்ஜ் அறைக்குள் நுழைந்ததும் நான் குட்டியப்பனிடம் சொன்னேன்: “நான் இன்னைக்கு ராத்திரியே போனா என்னான்னு யோசிக்கிறேன்”

“அதென்னா ஏற்பாடு பிள்ளேச்சா?” கையிலிருந்த சிகரெட்டை ஆழ்ந்து இழுத்து விட்டு குட்டியப்பன் சொன்னான்: “சும்மா படி வரைக்கும் கொண்டு வந்துட்டு தண்ணிக் கலத்தைப் போட்டு உடைக்காதீங்க” “அதில்லே குட்டியப்பா. . .” என்ன சொல்வதென்று தெரியாமல் சற்று நேரம் நான் பேசாமலிருந்தேன்.

“பிள்ளேச்சா, எனக்குப் புரிஞ்சு போச்சு. அந்தப் பொண்ணோட காரியந்தானே! அவளோட அப்பனுக்குத் தோணாத வருத்தம் பிள்ளேச்சனுக்கு எதுக்காகத் தோணணும். அதுதான் அதோட விதி. இப்போ நாம இல்லே வேறே யாரா இருந்தாலும் தங்கப்பன் நாயர் இதெல்லாந்தான் சொல்லுவாரு. இதெல்லாந்தான் செய்வாரு.”

“குட்டியப்பனுக்கு அதெல்லாம் புரியாது” நான் சொன்னேன்.

“அது சரிதான். என்னாவானாலும் பிள்ளேச்சன் போகக்கூடாது. நாளைக்கு ராத்திரி பதினோரு மணி முடிஞ்சா, தோ, படார்னு வயநாட்டிலேர்ந்து கோட்டயத்துக்கு ஒரே பிடி”

நான் ஒன்றும் சொல்லவில்லை. குட்டியப்பன் லைட்டை ஆஃப் பண்ணினான். எனக்குத் தூக்கம் வரவில்லை. வெளியில் வழியில் ஓடும் வண்டிகளின் சத்தம் இடையிடையே எட்டிப் பார்த்து விட்டுப் போனது.

"பிள்ளேச்சா" குட்டியப்பன் கூப்பிட்டான்.

"என்னா?" நான் கேட்டேன்.

"நாளைக்கு ராத்திரி லீலாவையும் நம்ம கூட வீட்டுக்குக் கூட்டீட்டுப் போறோம்"

"என்ன கிறுக்குப் பேச்சுப் பேசறே குட்டியப்பா?" நான் கட்டிலை விட்டுத் துள்ளியெழுந்தேன்.

"அதுக்கு பிள்ளேச்சன் எதுக்காகப் பயப்படறீங்க? என் வீட்டுக்குத் தானே கூட்டீட்டுப் போறேன்" குட்டியப்பன் சிரித்துக் கொண்டே சொன்னான்.

"நாட்டுக்காரங்க என்ன சொல்லுவாங்க?"

"நாட்டுக்காரங்க என்னைப் பத்தி இனி சொல்றதுக்கு என்னா இருக்கு? சொல்ல வேண்டியதெல்லாம் சொல்லியாச்சே. அவன் வயசான காலத்தில ஒரு சின்னப் பொண்ணைக் கொண்டு வந்து வெச்சிருக்கிறான்னுதானே, சொல்லட்டுமே, ஆனா இந்தத் தகப்பன் கையில விட்டுட்டுப் போனா அது சரியாகாது"

"அப்படீன்னா நாலைக்குக் காலையிலேயே பொண்ணையும் கூட்டுகிட்டுப் போனா என்ன?"

"பிள்ளேச்சா, வயநாட்டுல யானை காத்திருக்காதா? தேவஸ்ஸி காத்திருக்கா மாட்டாரா? தவிர இப்படி ஒரு ஆசை நடக்கறதுக்காக நானும் காத்திருக்கேனில்ல. மொதல்ல காரியம் நடக்கட்டும். அப்புறம் நாம போலாம்"

"அப்போ, தகப்பனோ?"

"அதுக்கெல்லாம் வழியிருக்கு"

இருட்டில் குட்டியப்பனின் குறட்டை வண்டு முரல்வதுபோல என் தலைக்கு மேல் வந்து சுற்றிக்கொண்டிருந்தது. இருட்டுக்குப் பழகிய கண்களால் நான் குட்டியப்பனைப் பார்த்தேன். அவனுடைய பெரிய வயிறு, அந்த உடம்பிலிருந்து தப்பி மேலே தாவுவதுபோல உயர்ந்து தாழ்வதைப் பார்த்துக் கொண்டு இன்னும் கொஞ்ச நேரம் தூங்காமல் படுத்திருந்தேன்.

வயநாடன் கணவாய் ஏறும்போது குட்டியப்பன் லீலாவிடம் கேட்டான்: "ஆர்க்கிமிடீஸ் தத்துவம் தெரியுமா?"

லீலா ஒன்றும் சொல்லவில்லை.

"சாக்ரடீசுக்கு விஷம் குடுத்தது யாருன்னு தெரியுமா?"

லீலா அதற்கும் ஒன்றும் சொல்லவில்லை.

தங்கப்பன் நாயர் லீலாவின் காலை அழுத்தி மிதித்து 'சொல்லுடி' என்று சொல்வதைக் கேட்டேன். நான் குட்டியப்பனை நிமிண்டி அழைத்து 'போதும்' என்றேன்.

தேவஸ்ஸிக் குட்டியின் வீட்டைத் தாண்டி வந்ததும் அங்கேயே வண்டியை நிறுத்தி விட்டு குட்டியப்பனும் தங்கப்பன் நாயரும் சேர்ந்து தேவஸ்ஸிக் குட்டியின் வீட்டுக்கு நடந்து போனார்கள். நான் வண்டிக்கு வெளியில் இறங்கி நின்றேன். மெல்லிய குளிர் காற்று வந்தது.

"லீலாவோட நெசமான பேரென்னா?" நான் கேட்டேன்.

லீலா எதுவும் சொல்லாமல் என் முகத்தைப் பார்த்தாள். ஒரு பெரிய துக்கம் அந்தக் கண்களிலிருந்து இப்போது கசிந்து இறங்கும் என்று நான் பயந்தேன்.

நான் வண்டியை விட்டுச் சற்றுத் தள்ளி நின்றேன். கொஞ்சம் கழித்து ஏதோ சத்தம் கேட்டுத்தான் திரும்பிப் பார்த்தேன். லீலா வண்டிக்குள்ளேயிருந்து தலையை வெளியே நீட்டி வாந்தி எடுத்துக் கொண்டிருந்தாள். நான் முதுகைத் தடவிக் கொடுத்தேன். வாந்தியெடுத்து முடிந்ததும் தண்ணீரை எடுத்துக் கொடுத்தேன். அவள் முகத்தைக் கழுவிக் கொண்டாள். கொஞ்சம் குடித்தாள்.

"இவ்வளவு தூரமும் குலுங்கிக்குலுங்கி வந்ததுனால" என்றேன்.

லீலா என்னைப் பார்த்தாள்.

என்னால் அவள் முகத்தைப் பார்க்க முடியவில்லை.

சற்றுக் கழிந்து குட்டியப்பனும் தங்கப்பன் நாயரும் திரும்பி வந்து 'தேவஸ்ஸிக்குட்டி ராத்திரி வரச்சொன்னார்' என்று சொன்னார்கள். வண்டி ஒரு லாட்ஜ் அறை தேடி ஓட மானந்தவாடிக்கு வந்து சேர்ந்தது.

சூரியன் சுரமிறங்கியதும் குட்டியப்பன் தங்கப்பன் நாயரிடம் லாட்ஜில் இருந்தால் போதும் என்றும் லீலாவிடம் குளித்துவிட்டு வரும்படியும் சொன்னான். குட்டியப்பனும் நானும் அரைக்குப் போய்க் குளித்தோம். அங்கேயிருந்து புறப்படும் முன்பு நான் குட்டியப்பனிடம் சொன்னேன்: "அந்தப் பொண்ணுக்கு முடியலேன்னு தோணுது. ரொம்ப வாந்தியெடுத்தா"

“ஓ, அவ்வளவுதானா? அது இப்ப குளிச்சதும் சரியாயிடும். பிள்ளேச்சா, நம்ம லீலாவோட உடுப்பு எப்படியிருக்கு?” அக்குளில் பவுடர் போட்டுக் கொண்டே குட்டியப்பன் கேட்டான். எனக்கு எதுவும் சொலலத் தோன்றவில்லை.

வண்டி தேவஸ்ஸிக் குட்டியின் வீட்டை நோக்கி ஓடும்போது திரும்பிப் பார்த்தேன். வண்டியின் சின்ன அசைவுகளுக்குப் பொருத்தமாக இருட்டும் அசைவதுபோலத் தோன்றியது. அந்தக் கருமையில் சிறிய வெளிச்சம்போல லீலா.

தேவஸ்ஸிக் குட்டியின் வீட்டு வாசலில் வண்டியை நிறுத்தினோம். காப்பிச் செடி பூத்திருப்பதன் மணம் என்னைப் பயமுறுத்தியது. இடையில் எப்போதோ கிழவியின் ஜன்னல் திறந்து மூடியது. அதிலும் இருட்டாக இருந்தது.

இருட்டுக்குள்ளேயிருந்து திடீரென்று தேவஸ்ஸி குட்டி வந்தான். லீலாவை ஒருமுறை பார்த்துவிட்டு ‘அப்படீன்னா நடங்க’ என்று சொல்லி காப்பிச் செடிகளுக்கிடையில் நுழைந்தான். முன்னால் நடந்த வெளிச்சத்துக்குப் பின்னால் நாங்களும். காப்பி இலைகள் வேசிகளைப் போலவும் அவர்கள் ஆளை நிமிண்டிக் கூப்பிடுவதுபோலவும் எனக்குத் தோன்றியது. கொஞ்ச தூரம் நடந்து முடிந்ததும் தேவஸ்ஸிக் குட்டி கையிலிருந்த வெளிச்சத்தைக் சிறிது உயர்த்தினான். அந்த வெளிச்சம் போய் இரண்டு கொம்புகளில் கோர்த்துக் கொண்டு நின்றது. இரவு அளவுக்கு வளர்ந்த ஒரு கஜம். நான் பயந்து விட்டேன்.

“பிள்ளேச்சன் இந்தத் தேக்கு மரத்தோட மறைவில நின்னாப் போதும்” குட்டியப்பன் சொன்னான்.

நான் தலையாட்டினேன்.

குட்டியப்பன் லீலாவையும் கூப்பிட்டுக்கொண்டு இன்னொரு மரத்தடிக்குப் போனான்.

யானையின் வாடை மெல்ல என்னைச் சுற்றி வந்து நின்றது. என்னுடைய இதயத் துடிப்பு தேக்கு மரத்தில் மோதித் திரும்பி வந்து கொண்டிருந்தது.

‘துணி மாத்தியாச்சுன்னா இங்கே வரலாம்’ என்று தேவஸ்ஸிக் குட்டி குட்டியப்பனைக் கூப்பிட்டுச் சொன்னான்.

குட்டியப்பனும் லீலாவும் நிர்வாணிகளாக யானைக்குப் பக்கமாகப் போவதைப் பார்த்தேன். தேவஸ்ஸி யானையின் தும்பிக்கையைத் தொட்டான். குட்டியப்பனும் யானையைத் தொட்டான். தேவஸ்ஸி யானையின் இடது கால் பக்கமாக நகர்ந்தான். குட்டியப்பன் லீலாவின் இரண்டு தோள்களையும்

பற்றிக் கொண்டு பின்பக்கமாக அவளை நடக்க வைத்தான். பிறகு யானையின் கொம்புகளுக்கிடையிலாக தும்பிக்கையோடு சேர்த்து நிறுத்தினான். அவளுடைய தோள்களிலிருந்து கையை எடுத்தான். கொஞ்சம் பின்னால் தள்ளி வந்து யானையின் கொம்பில் இரண்டு கைகளாலும் இறுகப் பிடித்தான். நான் லீலாவைப் பார்த்தேன். தன்னுடைய உடல் சாய்ந்து நிற்பது எதன் மேல் என்று அவளுக்குத் தெரியாதா? தும்பிக்கையின் கூர்மையான ரோமங்கள் அந்த சின்ன சரீரத்தை இப்போது நோகச் செய்யத் தொடங்கியிருக்கும். யானையின் வாடை அவளுடைய உடல் முழுவதும் நொதிக்கத் தொடங்கியிருக்கும். இருட்டு பெரிய யானையின் உருவத்துடன் என்னைச் சூழ்ந்து வளர்வதுபோலத் தோன்றியது.

குட்டியப்பன் இப்போது தன்னுடைய பைத்தியத்தின் சிகரத்தில் முதல் அடியை வைத்திருப்பான். என்னுடைய கண்கள் குட்டியப்பனுக்கும் யானைக்கும் இடையிலிருக்கும் லீலாவின் மீது பதிந்து நின்றன. ஒவ்வொரு நொடியின் ஓசையற்ற நடுக்கம் என்னுடைய கட்டை விரலிலிருந்து வளரத் தொடங்கியிருந்தது. ஆனால் குட்டியப்பனின் சரீரம் அசையக் கூட இல்லை. அது லீலாவின் சரீரத்துக்கு எதிரில் நிற்க மட்டுமே செய்திருந்தது. பிறகு குட்டியப்பனின் கைகள் லீலாவின் கைகளோடு கோர்த்துக் கொண்டன. தும்பிக்கையிலிருந்து லீலாவை மெதுவாக விரித்து கொம்புகளுக்கிடையிலாக அவளை வெளியே நடக்க விட்டு ஒரு குழந்தை மீதான பாசம்போல அவளுடைய உச்சந்தலையில் முத்தமிட்டான். பிறகு குட்டியப்பன் திரும்பி நடந்தான். பின்னால் லீலாவும். பரிணாம எல்லையில் விசித்திரமான சித்திரம்போல முன்னால் அம்மணமான குட்டியப்பன், அம்மணமான லீலா. அதற்குப் பின்னால் பூமியில் மிகப் பெரிய மிருகம். நடப்பதற்கு இடையில் திடீரென்றுதான் லீலா திரும்பி நின்றாள். ஒரு நொடியின் அரை மாத்திரையில் தன்னுடைய இணையை அணைப்பதுபோல நீண்டு வந்த தும்பிக்கை லீலாவை வளைத்து நின்றது. அது அவளை ஆகாயத்துக்கு உயர்த்தி கொம்பின் கூர்மையால் ராவியெடுத்தது. பிறகு கால்களுக்கிடையில் நுழைத்து இருட்டின் பேருருவம் பூண்ட அந்தப் பெரும்ஜீவன் புணர்வதுபோல லீலாவுக்குள் தன்னுடைய பாரத்தை இறக்கி வைத்தது.

அடிகுறிப்புகள்

1. வாரஸ்யார் – வாரியார் சாதியைச் சேர்ந்த பெண்
2. கள்ளி முண்டு – கட்டம் போட்ட லுங்கி
3. பறம்பு – வீட்டையொட்டிய தோட்டம்

4. யானைப் பிண்டம் – யானைச் சாணம்
5. பாப்பான் – யானைப் பாகன்
6. திருமுதல் – ஆயுர்வேத சிகிச்சை
7. எழுநள்ளிப்பு – எழுந்தருளல்
8. வரத்தன் – வந்தேறி
9. நிலவிளக்கு – குத்துவிளக்கு
10. தள்ளை – தாய்
11. பாண்டி லாரி – தமிழ்நாட்டு லாரி
12. அப்பப்பன் – தாத்தா
13. வல்யம்மச்சி – பாட்டி
14. அச்சன் – பங்குத் தந்தை
15. சிற – வரப்பையொட்டிய குடியிருப்பு
16. மழைக் கொச்சன் – ஒரு பறவை. வயல்களில் யார் கண்ணிலும் படாமல் இருப்பது
17. கண்டம் – விளைநிலம்
18. காவளங் காளி – மைனா போன்ற பேசும் பறவை
19. மருந்து – கஞ்சா
20. வடியாயிடு – தப்பி விடு
21. குறுக்கர்கள் – போலீஸ்காரர்கள்
22. ஜேம்ஸ் – கஞ்சாவின் குழூஉக் குறி

ooo

பூதம்

உண்ணியும் அம்பிளியும் பள்ளிக்கூடத்தி லிருந்து வந்து கொண்டிருந்தார்கள். அம்பிளிக்கு ஒன்றுக்கு முட்டியது. புதரை நோக்கி ஓடிப் போனாள். ஓடிய வேகத்திலேயே திரும்பி வந்தாள்.

"நீ ஒன்னுக்கு இருக்கலியா?" உண்ணி கேட்டான்.

"இல்ல, உக்காந்தபோதுதான் இதைப் பார்த்தேன்"

கையில் வைத்திருந்த வாய் மூடிக் கட்டிய செம்புக் குடத்தை அம்பிளி உண்ணியின் கையில் கொடுத்தாள்.

"இதென்னா?"

"எனக்குத் தெரியாது"

குடத்துக்கு வெளியே களிம்பு வாசனையின் சிறு படலம் இருந்தது.

"நாம இதெத் தொறக்கலாம்" அம்பிளிதான் சொன்னாள்.

"நீயே தொற" உண்ணி குடத்தைத் திரும்பிக் கொடுத்தான்.

"உனக்குப் பயம், இல்லயா?"

உண்ணி சிரித்தான்.

இந்தச் சமயத்தில் தூரத்திலிருந்து ஓசை கேட்டது. நிறைய ஓசைகள். ஒரு ஓசையின்

காலை ஒரு கூட்டம் ஓசைகள் பற்றிக் கொண்டு ஏறுவதுபோல. அது அருகில் வந்தபோது அவர்கள் குடத்தை மறைத்துக் கொண்டார்கள்.

"என்னா ரண்டு பேரும் பம்மிப் பதுங்கி நிக்கிறீங்க?" ஊர்வலத்தின் நடுவிலிருந்து கோட்டயம் பாஸிச் சேட்டன் வரிசையை விட்டு விலகி வந்து கேட்டார்.

"ஒன்னுக்கிருக்கறதுக்காக நின்னோம்" உண்ணி சொன்னான்.

"ஒன்னுக்கிருந்தாச்சில்ல. இனி வீட்டுக்கு ஓடுங்க" இரண்டு பேரும் ஓடினார்கள். பாஸிச் சேட்டனும் ஊர்வலத்தில் சேர்ந்து கொள்ள ஓடினார்.

"இருந்தாலும் என்னோட ராதே, அவன் எங்கேன்னாவது விசாரி" உண்ணியும் அம்பிளியும் வீட்டுக்கு முன்னால் வந்து சேர்ந்தபோது கடைக்கார அம்மணியம்மாவின் குரல் கேட்டது. அம்மிணியம்மா அம்மாவுக்கு உபதேசம் செய்து கொண்டிருந்தாள்.

"நீ வீட்டுக்குள்ளே போயிடு. நான் இதக் கொண்டு போய் ஒளிச்சு வெச்சுட்டு வர்றேன். அம்மா கேட்டா ஒன்னுக்கிருக்கப் போயிட்டேன்னு சொன்னாப் போதும்."

அம்பிளி தலையாட்டினாள்.

உண்ணி குடத்தை எடுத்துக் கொண்டு போய் சேப்பம்புதரில் ஒளித்து வைத்தான்.

"ஒருவேள அவனுக்கு வேற எங்காவது தொடுப்பு ஏதாவது இருக்குமா?" அம்மிணியம்மா சந்தேகத்துடன் அம்மாவைக் கேட்கிறாள். அம்மா அதைக் கேட்டதாகவே காட்டிக்கொள்ள வில்லை.

உண்ணியும் அம்பிளியும் புத்தகங்களை வைத்து விட்டு அம்மிணியம்மாவின் பேச்சின் இடைவெளி பார்த்து வெளியே வருவதைக் கண்டபோது அம்மா கேட்டாள். "ரண்டு பேரும் ஒண்ணாச் சேந்து எங்கே போறீங்க?"

"விளையாட" அம்மிணி சொன்னாள்.

"உடுப்பை மாத்திக் கையும் முகமும் கழுவிட்டுப் போனாப் போதும்"

"வெளயாடிட்டு வந்துட்டுப் போதாதா?" உண்ணிதான் கேட்டான்.

"அம்மா சொல்றதக் கேளுங்க புள்ளைகளா?" அம்மிணியம்மா கோபித்துக் கொண்டாள்.

உண்ணியும் அம்பிளியும் உடை மாற்றிக் கொண்டார்கள். கை கால்களைக் கழுவினார்கள். வேகவைத்த சேப்பங்கிழங்கைத் தின்றார்கள். அப்புறம் பறம்பை நோக்கி ஓடினார்கள்.

"உனக்குத் தொறக்கப் பயமா?"

"நீதானே மொதல்ல தொறக்கப் பாத்தே. நீயே தொறந்தாப் போதும்."

அம்பிளி குடத்தின் வாயைக் கட்டியிருந்த துணியை அவிழ்த்தாள். குடம் அப்போது தாங்க முடியாத கனத்துடன் இருந்தது. குடம் கை நழுவி விழுந்தது. இருவரும் குடத்துக்குள்ளே பார்த்தார்கள்.

குட வாயின் வட்ட விளிம்பைச் சுற்றி வெள்ளை நிறத்தில் ஏதோ ஒன்று இருந்தது. திடுமென்று சின்ன வாய் பெரிய ஓசை எழுப்பியது. அந்த ஓசையுடன் புகை மேலெழும்பிப் படர்ந்தது. உண்ணியும் அம்பிளியும் புகையைப் பார்த்துக் கொண்டிருக்கவே அதற்குள் ஓர் உருவம் தெளிவாகத் தொடங்கியது.

'பூதம்' என்று பயத்துடன் சொல்லிக் கொண்டே அம்பிளியின் கையைப் பிடித்து உண்ணி பலா மரத்தின் பின்னால் ஒளிந்து உட்கார்ந்தான்.

புகைக்குள்ளிருந்த உருவம் துலங்கியது. காதை மூடிய முடி. பெரிய தாடி. கோட்டும் காலுடையும். காலில் ஷூக்கள்.

"அய்யே, இதென்னா இப்பிடியா ஒரு பூதம்?" அம்பிளிக்குச் சந்தேகமாக இருந்தது. உண்ணிக்கும் சந்தேகமாக இருந்தது.

புகையெல்லாம் அடங்கிய பின்னர் செம்புக் குடத்தின் நடுவில் பூதம் மட்டுமே இருந்தது. அங்கேயே ஒரு சிலைபோல நின்றது அது. உண்ணி ஒரு கல்லையெடுத்து அதன் மேல் வீசினான். கல் உடம்பில் பட்டதும் பூதம் ஒருமுறை அசைந்தது.

"வா" அம்பிளி உண்ணியை அழைத்தாள்.

"நீ முன்னால நட" உண்ணி சொன்னான்.

பூதத்துக்கு அருகில் இல்லாமல் இருவரும் சற்றுத் தள்ளியே நின்றார்கள்.

"பேரென்னா?" அம்பிளிதான் கேட்டாள்.

பூதம் எதுவும் சொல்லவில்லை.

"கேட்டது புரியலயா, பேர் என்னா?" உண்ணிக்கும் தைரியம் வந்தது.

பாதுஷா என்ற கால்நடையாளன்

"என் பேர் அம்பிளி. இவன் உண்ணி. இப்ப உன் பேரைச் சொல்லு."

பூதம் அப்போதும் எதுவும் சொல்லவில்லை.

உண்ணி ஒரு ஜாதிக்காயைப் பறித்துக் கொடுத்தான்.

"கொட்டையைத் தின்னக் கூடாது" அம்பிளி நினை வூட்டினாள்.

அதற்குள் 'உண்ணீ... அம்பிளீ...' என்ற அம்மாவின் அழைப்பு தென்னையிலும் பலாவிலும் பட்டுத் தெறித்து விழுந்து கொண்டிருந்தது.

"கொடத்துக்குள்ளே போயிடு... கொடத்துக்குள்ளே போயிடு" அம்பிளி அவசரப்படுத்தினாள்.

பூதம் ஒன்றும் புரியாமல் அம்பிளியைப் பார்த்தது. உண்ணி குடத்தை எடுத்துக் காட்டினான். பூதம் குடத்துக்குள் புகுந்தது. வாயை மூடிக்கட்டிவிட்டு அதைச் சேப்பங்காட்டில் ஒளித்து வைத்தார்கள். இருவரும் வீட்டுக்கு ஓடினார்கள்.

உறங்கக் கிடந்தபோது உண்ணிக்குச் சந்தேகம் வந்தது.

"காட்டு மாக்கான் ஏதாவது வந்து பிடிச்சிட்டுப் போயிட்டா?"

"பூதங்களையெல்லாம் காட்டு மாக்கான் பிடிக்காது. பயமாக்கும்" அம்பிளி திருத்தினாள்.

'தூங்குங்க' என்ற அம்மாவின் அதட்டல் இருவரின் பேச்சுக்கும் மேலாக வந்து நின்றபோது உண்ணியும் அம்பிளியும் கண்களை மூடிக்கொண்டார்கள். எல்லா நாட்களையும் போல அம்மா இருட்டில் தூங்காமல் உட்கார்ந்திருப்பாள் என்பது தெரிந்ததனால் கண்களை மூடிய பின்னும் இரண்டு பேரும் தூங்காமலேயிருந்தார்கள்.

அன்று சனிக்கிழமை. எனவே பள்ளிக் கூடம் இல்லை. அவர்கள் எழுந்திருக்கும் முன்பே அம்மா வேலைக்குப் போயிருந்தாள். தெக்கேடத்து மனைக்காரர்களின் வீட்டில் அடுப்படிப் பணி அம்மாவுக்கு. எழுந்த உடனேயே உண்ணியும் அம்பிளியும் பறம்பை நோக்கி ஓடினார்கள். குடத்தை எடுத்துத் திறந்தார்கள். புகைக்குள்ளிருந்து பூதம் வந்தது.

"பசிக்குதா?"

பூதம் எதுவும் சொல்லவில்லை.

"நான் போயி கஞ்சி எடுத்துட்டு வர்றேன்"

உண்ணி ஓடிப் போனான்.

"வீடெங்கே?" அம்பிளி கேட்டாள்.

பூதம் அம்பிளியைப் பார்த்ததேயொழியப் பேசவில்லை.

"யாரு இதுக்குள்ளே புடிச்சுப் போட்டது?"

பூதம் அப்போதும் ஒன்றும் சொல்லவில்லை.

"இதுக்குள்ளேயே கெடந்ததுனாலதான் தாடியும் முடியும் இவ்ளோ பெரிசாச்சா?"

பூதம் பேசவே இல்லை.

உண்ணி கஞ்சியுடன் வந்தான். ஒரே உறிஞ்சலில் பூதம் முழுவதையும் காலியாக்கியது.

"பாவம், நல்ல பசியோட இருந்திருக்கு" உண்ணி சொன்னான்.

அம்பிளி தலையாட்டினாள்.

பூதம் மீசையிலும் தாடியிலும் வலை கட்டியிருந்த கஞ்சி ஆடையைத் துடைத்தது. சோற்றுப் பருக்கைகள் நரைத்த தாடிக்குள் ஒளிந்திருந்தன.

"பேரைச் சொல்லிச்சா?" உண்ணி கேட்டான்.

"இல்லே"

"ஒருவேளை காது கேக்காதாருக்கலாம்"

"அதுஞ் சரிதான்"

அம்பிளி சிலேட்டையும் பென்சிலையும் எடுத்து வந்தாள். பூதத்தை எழுதச் சொன்னாள். சொன்னது புரியாததால் எழுதுவதுபோல சைகை காட்டினாள். பூதம் அதைப் பார்த்து எழுதியது. உண்ணிக்கும் அம்பிளிக்கும் அது எழுதியது புரிய வில்லை.

"பாவத்துக்கு எழுதவும் தெரியல" உண்ணி சொன்னான்.

"அதுக்கென்னா நாம கத்துக் குடுப்போம். நீ போயி உன்னோட சிலேட்டையும் பென்சிலையும் எடுத்துட்டு வா"

அ... ஆ... அம்பிளி எழுதினாள்.பூதமும் அதைப் போலவே எழுதியது. எழுத்துகளைப் பூதம் வேகவேகமாக எழுதக் கற்றுக் கொள்வதைப் பார்த்தபோது ஒரு பூதமாக இருந்தால் தேவலாம் என்று உண்ணிக்குத் தோன்றியது.

அம்பிளி என்றும் உண்ணி என்றும் பூதத்தை எழுத வைத்தார்கள். இனி சொந்தப் பெயரை எழுது என்று அம்பிளி எழுதிக் காட்டினாள். பூதம் அப்போது தன் பெயரை எழுதியது. இரண்டு பேராலும் அது எழுதியதை வாசிக்க முடியவில்லை. அப்படி ஒரு பெயரை அவர்கள் முதன்முதலாகத்தான் கேள்விப்படுகிறார்கள்.

"யாரோ வர்றாங்க" வாசலில் காலடிச்சத்தம் கேட்டு உண்ணி சொன்னான்.

"அம்மான்னு தோணுது" அம்பிளி ரகசியமாகச் சொன்னாள்.

பூதத்தைக் குடத்துக்குள் அடைத்து விட்டு இரண்டு பேரும் பறம்பை விட்டு வெளியே வந்தார்கள்.

அம்மா திண்ணையில் பாயை விரித்துப் படுத்திருந்தாள்.

"என்னாச்சும்மா?" அம்பிளி கேட்டாள்.

"ஒண்ணுமில்ல, நீங்க போயி ஒரு சுக்குக் காப்பி போட்டுக் கொண்டாங்க"

உண்ணியும் அம்பிளியும் அடுப்படிக்குப் போனார்கள்.

காப்பியைக் குடித்து முடித்ததும் அம்மா சொன்னாள் "நீங்க போயி விளையாடுங்க"

அவர்கள் போகவில்லை. கொஞ்சம் கழித்து அம்மா தூங்கினாள். அம்பிளி அம்மா பக்கத்திலேயே உட்கார்ந்திருந்தாள். உண்ணி பறம்புக்குப் போனான்.

"எங்கப்பா எங்கேன்னு தெரியுமா?"

பூதம் ஒன்றும் பேசவில்லை.

"முன்னாடி ஒரு நாள் போனாரு. அப்புறம் வரவே இல்ல"

பூதம் உண்ணியின் கண்களை உற்றுப் பார்த்தது. உண்ணி பூதத்தின் கண்களைப் பார்க்கவில்லை.

"ராத்திரிக்கான கஞ்சியை சாயங்காலமாக் கொண்டாந்து தர்றேன்.

உண்ணி பூதத்தைக் குடத்துக்குள் அடைத்து விட்டு இரவுக் கஞ்சிக்கான சேப்ப இலையைப் பிய்த்து எடுத்துக் கொண்டு வீட்டை நோக்கி நடந்தான்.

பூதம் சிலேட்டில் எழுதியது என்ன என்று அம்மாவிடம் கேட்கலாம்போல இருந்தது. அம்மா ஒருவேளை நூறு கேள்விகள்

உண்ணி. ஆர்

கேட்பாள். அதற்குப் பயந்து இரண்டு பேரும் கேட்கவில்லை. சிலேட்டில் எழுதியதை அழிக்காமல் வைத்துக் கொண்டார்கள்.

உண்ணி, அம்பிளி இரண்டு பேரின் நான்காம் வகுப்புக் கூட்டாளிகள் எல்லாரும் பூதம் எழுதியதை வாசித்திருந்தார்கள். அவர்களுக்கும் எதுவும் புரியவில்லை. 'சொல்றதுக்கு ரொம்பக் கஷ்டம்'. சிலர் சொன்னார்கள். 'வாசிக்க ரொம்பக் கஷ்டம்' வேறு சிலர் சொன்னார்கள்.

இது ஏதாவது இடத்தின் பெயரா? என்று கொஞ்சம் பேர் சந்தேகப்பட்டார்கள். கடைசியில் எல்லாரும் சேர்ந்து மலையாளம் சாரிடம் போனார்கள். சிலேட்டை சாரிடம் காண்பித்தார்கள். தெளிவில்லாத எழுத்துகளைப் பார்த்து சந்தேகப்பட்டார். "இது யாரு எழுதினது?"

அம்பிளி தயங்கித் தயங்கிச் சொன்னாள் "ஒரு பூதம்." சார் சத்தமாகச் சிரித்தார். பிறகு அம்பிளியைப் பக்கத்தில் அழைத்து வாசிக்கச் சொன்னார். அவள் சிலேட்டிலிருந்ததை ஒவ்வொரு எழுத்தாக வாசித்தாள்.

"சேர்த்து வாசி" சார் சொன்னார்.

அப்போது அம்பிளி தயக்கத்துடன் சொன்னாள் "கஷ்டமாருக்கு"

"தைரியமா வாசி"

அம்பிளி சாருக்கு மட்டும் கேட்கும் குரலில் வாசித்தாள்.

"சமர்த்து, இனி சத்தமா வாசி"

அம்பிளி சாரையும் கூட்டாளிகளையும் பார்த்து விட்டு சிலேட்டிலிருந்த எழுத்துகளைச் சேர்த்து வாசித்தாள் " கார்ல் மார்க்ஸ்"

சன்னக் குரலில் சொல்லப்பட்ட அந்தப்பெயர் சின்னப் பிள்ளைகளின் வியப்பு நிறைந்த கண்களுக்கு முன்னால் சின்னச் சிரிப்புடன் நின்றது.

"எங்க வீட்ல பெட்ரோமாக்ஸ் இருக்கு"பின்னாலிருந்து ஒரு பிள்ளை கத்திச் சொன்னது.

"இதுவும் வெளிச்சம் குடுக்கிற ஒரு பெட்ரோமாக்ஸ்தான்" சார் சிரித்துக் கொண்டே சொன்னார்.

பள்ளிக்கூடம் விட்டு வரும் வழியிலேயே உண்ணியும் அம்பிளியும் அந்தப் பெயரை மறந்து போனார்கள்.

“ச்சே, என்னால ஞாபகம் வெச்சுக்க முடியல” உண்ணி சொன்னான்.

“நீ ஞாபகம் வெச்சுக்குவேன்னு நான் நெனச்சேன்”

“நீதானே பெரிய படிப்பாளி. நான் எல்லாத்தையும் சீக்கிரம் மறந்துடறேன்”

“ஊம்... நாம பூதம்னே கூப்பிடலாம்” அம்பிளி சமாதானப் படுத்தினாள்.

பூதம் சொல்லிக் கொடுத்த கதைகளைச் சொல்லி உண்ணி நண்பர்களை ஆச்சரியப்படுத்தினான். அம்பிளி அவர்கள் யாருமே கேட்டிராத மொழிப் பாட்டுகளைப் பாடி வியப்பில் ஆழ்த்தினாள்.

இது என்ன மொழி என்று கேட்டவர்களிடமெல்லாம் இதுதான் பூதத்தின் மொழி என்று பதில் சொல்லி அம்பிளி கெட்டிக்காரி ஆனாள்.

உண்ணியும் அம்பிளியும் பூதமும் கண்ணாமூச்சி ஆடினார்கள். திருடன் போலீஸ் ஆட்டம் ஆடினார்கள். மேடா பள்ளமா விளையாடினார்கள். எல்லா விளையாட்டுகளிலும் பூதம் தோற்றுப் போனது. உண்ணியும் அம்பிளியுமே ஜெயித்தார்கள்.

“இந்த பூதம் பாவமாக்கும்” அம்பிளி சொன்னாள்.

“ஆமா, கண்ணாமூச்சி ஆடுறப்ப ஒளிஞ்சுக்கக் கூடத் தெரியல” உண்ணியும் சொன்னான்.

விளையாட்டுகளில் உண்ணியும் அம்பிளியும் வெற்றி பெற்றபோது மீசைக்குப் பின்னால் பூதத்தின் உதடுகள் மெல்ல விரிந்தன.

ஒருநாள் உண்ணியும் அம்பிளியும் பள்ளிக்கூடத்திலிருந்து வந்தபோது வீட்டில் பாட்டியும் இருந்தார். உண்ணியும் அம்பிளியும் அவரை அம்மச்சியம்மா என்றுதான் கூப்பிடுவார்கள். அம்மச்சியம்மா சிந்திக் கடையிலிருந்து வாங்கிய வளையலையும் மாலையையும் அம்பிளிக்குக் கொடுத்தார். உண்ணிக்கு ப்ளாஸ்டிக்கில் செய்த விளையாட்டுச் சாமானையும் கொடுத்தார். உண்ணி அந்தப் பொம்மை டெலஸ்கோப்பின் இரட்டைக் கண்கள் வழியாகப் பார்த்தான்.

“டீ, தோ, நம்ம கிணத்தடியிலேருக்கிற செம்பருத்திச் செடிய இங்கே இருந்தே தொடலாம்.”

அம்பிளியும் அதன் வழியாகப் பார்த்தாள். தொட்டு விடும் பக்கத்தில் செம்பருத்தி.

இரண்டு பேரும் பறம்பை நோக்கி ஓடினார்கள்.

உண்ணி விளையாட்டுச் சாமானைப் பூதத்திடம் கொடுத்து விட்டுச் சொன்னான். "தூரமா இருக்கறதையெல்லாம் பக்கமாப் பாக்கலாம்"

பூதம் இரட்டைக் கண்கள் வழியாகப் பார்த்தது. தொலைவில் ஒரு மரண ஊர்வலம் கடந்து செல்கிறது. குறைவான ஆட்களே இருந்தார்கள். பரிச்சயமான முகங்கள். அலங்கரிக்கப்பட்ட பெட்டிக்குள் பார்த்தது. எலினார்.

பூதத்தால் அழுகையை அடக்க முடியவில்லை. முதிர்ந்த ஒரு மனிதன் அழுவதை உண்ணியும் அம்பிளியும் முதன்முறையாகப் பார்க்கிறார்கள்.

அம்பிளிக்கும் உண்ணிக்கும் பூதம் ஏன் அழுதது என்று புரியவில்லை. வீட்டின் பறம்பிலிருந்து பார்த்தால் ஓலை வேய்ந்த வீடுகளையும் நம்மை விடப் பஞ்சைகளானவர்களையும் காணலாம். அதைப் பார்த்துத்தான் பூதம் அழுதது என்று அவர்கள் முடிவு செய்தார்கள்.

அம்மச்சியம்மாவும் அம்மாவும் திண்ணையில் உட்கார்ந்திருந்தார்கள்.

"பேங்குக்காரங்க என்னா சொல்றாங்க?" அம்மச்சியம்மாதான் கேட்டாள்.

"இனியும் தவணை குடுக்க முடியாதாம்" அம்மா சொன்னாள்.

"சந்திரன் கிட்ட நான் சொல்லியிருக்கேன். அவன் உண்ணியெக் கூட்டிட்டுப் போவான். நீ இனி தடங்கள் ஒண்ணும் சொல்லாதே. ஒண்ணுமில்லேன்னாலும் அவன் உன்னோட அண்ணன்தானே?"

எதுவும் பேசாமலிருந்த அம்மாவின் மௌனம் அந்த வீட்டுக்குள்ளேயிருந்த இருட்டை இன்னும் இருட்டாக்கியது. அப்புறமும் அம்மச்சியம்மா அம்மாவிடம் என்னென்னவோ சொல்லிக் கொண்டிருந்தார். அதை முழுதும் கேட்காமல் உண்ணியும் அம்பிளியும் தூங்கிப் போனார்கள்.

மத்தியானக் கஞ்சி அருந்திக் கொண்டிருக்கும் நேரத்தில்தான் அம்மா பள்ளிக்கூடத்துக்கு வந்தாள். அம்மா வருவதை முதலில் உண்ணிதான் பார்த்தான். அவன் சட்டென்று சாப்பிட்டு விட்டு எழுந்தான்.

"அப்ப, பிள்ளைகளை மாத்தறதுன்னுதான் முடிவு, இல்லியா?" ஹெட்மாஸ்டர் கேட்டார்.

பாதுஷா என்ற கால்நடையாளன்

"இல்லாம வேற என்ன செய்யறது, சார்?"

"ரண்டும் நல்லாப் படிக்கிற பிள்ளைங்க. இவன் கொஞ்சம் உழப்புவான்.அவ்வளவுதான்" உண்ணியைப் பார்த்துச் சொன்னார் ஹெட்மாஸ்டர்.

அப்போது உண்ணி அம்மாவின் பின்னால் பதுங்கி நின்றான்.

"ரண்டு பேரும் ரண்டு இடத்திலேன்னா வருத்தமில்லியா?" ஹெட்மாஸ்டரின் குரலிலும் சிறிய பதற்றமிருந்தது.

அம்மா தலையாட்டினாள்.

வீட்டுக்குத் திரும்பும்போது அம்மா சொன்னாள்: "நீங்க வருத்தப்படக் கூடாது"

இருவரும் ஒன்றும் சொல்லவில்லை.

"நீங்க அழுதா எனக்கு வருத்தமாயிடும்"

"அழ மாட்டோம்" அம்மாவின் கையைப் பற்றிக் கொண்டு அம்பிளி சொன்னாள்.

"அப்போ இனிமே நமக்குச் சொந்தமா வீடு இல்ல, இல்லியா?" உண்ணி கேட்டான்.

"இந்த பூமியில வீடு இல்லாதவங்க ஏராளமா இருக்காங்க" அம்மா மிடுக்கு மாறாமல்தான் சொன்னாள்.

அம்மா, சில நேரங்களில் இப்படித்தான் சொல்லுவாள் என்று தெரிந்திருந்ததால் அவர்கள் இருவரும் தலையசைத்தார்கள்.

அம்மாவுக்கு இணையாகப் போய்ச்சேரக் குட்டிக் கால்கள் வேகமெடுத்தன.

"நான் அம்மா கூட அம்மச்சியம்மாவோட வீட்டுக்குப் போறேன். இவன் அம்மாவோட அண்ணா வீட்டுக்குப் போறான்" அம்பிளி பூதத்திடம் சொன்னாள்.

"இந்த பூமியில வீடில்லாதவங்க ஏராளமா இருக்காங்க" உண்ணி பூதத்திடம் சொன்னான்.

அதைக் கேட்ட பூதம் ஒரு நொடி கண்களை மூடிக் கொண்டது.

"சாப்பாடில்லாதவங்களும் இந்த பூமியில இருக்காங்க" அம்பிளி சொன்னாள்.

இதைக் கேட்டதும் உண்ணிக்கு ஆச்சரியமாக இருந்தது.

“உங்கிட்ட இதெல்லாம் யாரு சொன்னா?”

“அன்னைக்குப் பாதிச் சோத்துல எழுந்தப்ப அம்மாதானே சொன்னாங்க”

ஆமாம். அது சரிதான் என்று உண்ணிக்கு ஞாபகம் வந்தது.

அம்மா பார்த்து விடாமல் உண்ணியும் அம்பிளியும் பறம்பைத் தாண்டி குடத்துடன் ரெவீவரம் வயல் வெளியை நோக்கி ஓடினார்கள். வயலின் காலியான திட்டையை அடைந்தார்கள். குடத்தின் மூடியை அவிழ்த்தார்கள். பூதம் வெளியே வந்தது. மூவரும் எதுவும் பேசாமலேயே நின்றார்கள். பூதத்தின் கண்கள் நிரம்பியிருப்பதைப் பார்த்து அழுகையை அடக்க முயன்று கொண்டே அம்பிளி சொன்னாள்: “யாரும் அழுறது அம்மாவுக்குப் புடிக்காது. எங்களுக்கும்தான்.”

அந்த வார்த்தையிலிருந்த தன்னம்பிக்கையைப் பார்த்துச் சிரிக்க முயன்றது பூதம். உண்ணியும் அம்பிளியும் அப்போதுதான் முதன்முதலாக அந்தச் சிரிப்பைக் கண்டார்கள்.

“அம்மா கூப்புடறதுக்குள்ள வீட்டுக்குப் போகணும்” உண்ணி சொன்னான்.

பூதம் இரண்டு பேரையும் சேர்த்து அணைத்துக் கொண்டது. மூன்று பேரும் சிரித்தார்கள்.

உண்ணியும் அம்பிளியும் வீட்டுக்கு ஓடினார்கள். பூதம் ஆகாயம் நோக்கி உயர்ந்தது. காக்கைகள் ஒரு விநோதப் பறவையைப் பார்த்த அச்சத்தில் பூதத்தைக் கொத்தப் பார்த்தன. ஆட்கள் கூட்டம் ஒரு பூதம் தங்களைப் பிடிக்க வருகிறது என்று நினைத்துக் கத்தி அலறினார்கள். சின்னக் குழந்தைகள் மட்டும் ஒரு பெரிய வண்ணத்துப் பூச்சியைப் பார்த்த மகிழ்ச்சியில் அதை பூமிக்கு வரச் சொல்லிக் கை வீசி அழைத்தார்கள்.

பாங்கு

பிரஜைகள்தம் பிழைகள் பொறுத்தருள்க என்று
புவிமூன்றின் தந்தையிடம் பொழுதுகள் பலப்போதும்
குறைவற்ற நேசத்தால் இறைஞ்சுகின்ற
திருநபியின் தலைமாட்டில் நின்றிருந்தும்
குருவதைக்குத் துணிந்த வன் கொடியோனும்
கைவாள் நழுவ உயிர்துடிக்கும் பக்தியால்
சொன்னான் ஒருசிறு வார்த்தை 'அல்லாஹு'".

– வள்ளத்தோள் ('அல்லாஹு' கவிதை)

"எனக்கு நம்ம ஹெட்டோட முடிநிறைந்த கையை ஒரு தடவை முத்தமிடணும்" என்றாள் தீபா.

"எனக்கு இங்கிலீஷ் டிப்பார்ட்மெண்ட ஜான்கிட்டே உன்னைப் பிடிச்சிருக்குன்னு சொல்லணும்" என்றாள் ஜோதி.

"எனக்கு அஷரப்கூட உட்கார்ந்து சினிமா பார்க்கணும்" என்றாள் ஷமீனா.

மூன்றுபேரும் அவரவர் ஆசைகளைச் சொன்னபிறகும் ரசியா மட்டும் எதுவும் பேசாமல் இருந்தாள்.

"நீ என்ன ஒண்ணும் சொல்ல மாட்டேங்கிற?" ஜோதி கேட்டாள்.

ஒன்றுமில்லை என்று ரசியா தலையாட்டினாள்.

"ஒருமாதிரி அழும்பு வேலை காட்டாதே. இனி ஒரு மாசம்தான் கிளாஸ் இருக்கு. அதுக்கு முன்னாலே நாம ஆசைப்படறது என்னவோ அதைச் செய்யணும்" தீபாவுக்குக் கோபம் வந்தது.

இதைக் கேட்டபின்னும் ரசியா எதுவும் பேசாமல் வகுப்புக்கு வெளியே பார்த்தபடி உட்கார்ந்திருந்தாள்.

"என் ரசியா, நீ வாயைத் தொறந்து ஏதாவது சொல்லு," ஷமீனா ரசியாவின் முகத்தைப் பிடித்துத் திருப்பிவிட்டுச் சொன்னாள். "கட்டிக்குடுத்து அனுப்பிட்டாங்கன்னா அப்புறம் இதொண்ணும் நடக்கப்போறதில்ல. அதனால சொல்றேன், என்னவாவது இருந்தா சொல்லித் தொலை."

ரசியா தலையிலிருந்து நழுவிய முக்காட்டை இழுத்துவிட்டு சின்னச் சிரிப்புடன் எல்லாரையும் பார்த்தாள். தோழிகள் ஆர்வத்துடன் உட்கார்ந்திருந்தார்கள்.

"எனக்கு ஒரு ஆசை இருக்கு, ஆனா நடக்குமா?"

"என்னோட குமரே, உனக்கு பிரின்சிபாலைக் கட்டிப் பிடிக்கணுமா? இல்லை ரெண்டு ரவுண்டு சரக்கு போடணுமா? அதுவுமில்ல, யார் கூடயாவது படுத்துக்கணுமா?" ஷமீனா கேட்டாள். "நீ என்ன வேணும்னாலும் சொல்லு. நாங்க இருக்கோம் தைரியமாச் சொல்லு."

ரசியா சிறிது நேரம் பேசாமலிருந்துவிட்டுத் தன்னுடைய வழக்கமான சிரிப்புடன் சொன்னாள், "எனக்கு ஒரு தடவை பாங்கு சொல்லணும்."

சட்டென்று ஒரு நிமிடம் நால்வருக்குமிடையில் யாரிடமும் சொல்லாமல், நிசப்தம் வந்தது. ஷமீனா அப்போதே அதைப் பார்த்துத் தன்னுடைய கோபத்தைக்காட்டி வெளியேறினாள். "நீ என்ன கிறுக்குத்தனமாப் பேசறே, வேற யாரும் கேட்டுடப் போறாங்க."

ரசியா அப்போதும் அதே சிரிப்புடன் கேட்டாள் "எதுக்கும் கூட இருப்போம்னு சொல்லீட்டு?"

"என் கொமரே, கூடத்தான் இருக்கோம்" என்று சிறிய அச்சத்துடன் சொன்னாள், "இந்த மாதிரி வேலைக்கெல்லாம் கூட நிக்க முடியாது."

"அவ்வளவு பிரச்சனையா?" ஜோதிக்குச் சந்தேகமாக இருந்தது.

“ஆமா – மதம், கடவுள் எல்லாம் தொட்டாச் சுடுற சங்கதிங்க. அதை விடு, வேற ஏதாவது இருந்தாச் சொல்லு,” என்றாள் தீபா.

ரசியா ஒன்றும் பேசாமலிருந்தாள்.

“அடியே நீ இன்னொரு தடவை யோசிச்சு கும்முன்னு இருக்கிற சம்பவத்தைச் சொல்லு,” ஷமீனா ரசியாவின் தோளில் கைபோட்டுச் சொன்னாள். “இது இப்போதைக்கு வேண்டாம்.”

ரசியா ஒன்றும் சொல்லவில்லை.

கல்லூரி விட்டுத் திரும்பும்போது ஜோதி கேட்டாள், “உனக்கு பாங்கு சொல்லணும்னு அத்தனை ஆசையா?”

ரசியா தலையாட்டினாள்.

ஐந்து வயதிருக்கும்போதுதான் ரசியா வாப்பாவுடனும் உம்மாவுடனும் திருவனந்தபுரத்துக்குப் போனாள். உயிர்க் காட்சி சாலையின் முதல் கூண்டுக்குள்ளே இருந்த மிருகத்தைப் பார்த்ததுமே அழத் தொடங்கினாள். அது ஒன்றும் செய்யாது என்று வாப்பாவும் உம்மாவும் எத்தனை சொல்லியும் ரசியா அழுகையை நிறுத்தவில்லை. அழுகைக்கு இடையிலேயே ரசியா வாப்பாவிடம் அந்தக் கூண்டைத் திறந்துவிடச் சொன்னாள். திறந்துவிட்டால் அது நம்மை உபத்திரவம் செய்யும் என்று வாப்பா சொன்னார். ரசியா அதைக் கேட்கவேயில்லை. நிறுத்தாமல் அழுதாள். உம்மாவும் வாப்பாவும் ரசியாவுடன் வெளியே வந்தார்கள். இனிமேல் எந்த இடத்துக்கும் இந்த அசடை அழைத்துக்கொண்டு வரமாட்டேன் என்று வாப்பா சபதம் செய்தார். அன்று வெள்ளிக்கிழமை. ஜும்ஆ தொழுகைக்காகப் பாளையம் பள்ளிவாசலுக்குப் போனார். ரசியாவும் உம்மாவும் பள்ளிவாசலுக்கு எதிரில் கன்னிமரா மார்க்கெட்டில் அடைத்துக் கிடந்த ஒரு கடைவாசலின் படிக்கட்டில் உட்கார்ந்து கொண்டார்கள். ரசியா அப்போதும் அழுதுகொண்டிருந்தாள். திடீரென்றுதான் ஜும்மா தொழுகைக்கான பாங்கு, ரசியாவின் அருகில் வந்தது. அவள் அழுகையை நிறுத்தினாள். ஆகாயத்தில் உச்சி வெய்யிலை விடவும் உயரத்தில் அந்த ஒலி விரிவதைப் பார்த்துக்கொண்டே ரசியா தூங்கிப்போனாள். திரும்பக் கோட்டயத்துக்கு வரும்போது ரசியாவின் இரண்டு காதுகளிலும் யாருக்கும் தெரியாமல் பாங்கு அழைப்பின் சங்கீதம் ஓர் ஆபரணம்போல ஒட்டியிருந்தது.

“நம்ம அஷரப் மாமாவோட புள்ளைக்கு உன்ன ரொம்பப் பிடிச்சிருக்காம்” வீட்டுக்குள்ளே ஏறும்போதே திண்ணையிலிருந்து உம்மா கத்தினாள்.

உம்மா இப்படித்தான். என்னவாவது சொல்ல வேண்டுமென்று தோன்றினால் அதற்கு நேரமோ காலமோ இடமோ ஒன்றும் பிரச்சனையல்ல.

உம்மா சொன்னதைப் பக்கத்து வீட்டுக்காரர்கள் யாராவது கேட்டிருப்பார்களா என்று தெரிந்துகொள்வதற்காக ரசியா தலையைத் திருப்பிப்பார்த்துவிட்டுக் கேட்டாள்: "யாரு, அந்த வெளுவெளுன்னு இருக்கிற தடியனா? அதுக்கு உம்மா என்ன சொன்னீங்க?"

"நீ படிப்பு முடிஞ்சு ஐ. ஏ. எஸ் கோச்சிங்குக்குப் போகப் போறே. அதனால இப்ப கட்டிக் குடுக்கறதில்லன்னு சொன்னேன். அப்ப அவங்க சொல்றாங்க, கட்டிக்குடுத்ததுக்கு அப்புறமும் கோச்சிங்குக்கு விடலாமேன்னு. அந்தக் கோச்சிங் வேண்டான்னு நான் சொல்லிட்டேன்."

ரசியா சிரித்துக்கொண்டு உம்மாவிடம் சொன்னாள் "கலக்கீட்டீங்க. வாப்பாக்குத் தெரிய வேண்டாம்."

இரவுணவு முடித்து அன்றைய விசேஷங்களைப் பேசிக் கொண்டிருந்தபோது ரசியா உம்மாவிடம் சொன்னாள், "தோ, இந்த தீபாவும் ஷமீனாவுமெல்லாம் என்னோட பெரிய ஆசை என்னான்னு என்கிட்ட கேட்டாங்க."

"அதுக்கு நீ என்ன சொன்னே?"

"நான் என்னோட ஆசையச் சொன்னேன்."

"அதைத்தான் என்னான்னு கேக்குறேன்."

ரசியா உம்மாவின் செவியருகே உதட்டை வைத்தபோது அடியே கொமரு கிச்சுகிச்சு மூட்டாதே என்று சொல்லிக்கொண்டே உம்மா தலையைத் திருப்பிக்கொண்டாள்.

"ஆமா சின்னப் புள்ள பாரு, கிச்சுகிச்சு மூட்றதுக்கு."

"எனக்கு என்னாடீ கொறச்சல். பதினாலு வயசுல புடிச்சுக் கட்டிவெச்சதுனாலதான். இல்லேன்னா நானுமிப்போ உன்னப் போல ஜில்லுஜில்லுன்னு ஒத்தையிலே நடப்பேனாக்கும்."

"எங்க உம்மா, உம்மாவப் பாத்தா என்னோட தங்கச்சியான்னுதான் ஆளுங்க கேப்பாங்க. போதுமா?"

"நீ அதுக்கு நடுவுல எதுக்காக ஒரு போதுமாவைப் போட்டே? இதா, மூணு வயசுவரைக்கும் நீ பால் குடிச்சிட்டிருந்திட்டும் இந்த மொலை தொங்கிப் போகாமத் தூக்கிட்டு நடக்கிறது சின்ன வேலையில்ல."

“அதெல்லாம் பலாஸ்வகந்தாதி தைலத்தோட குணத்தாலயும் அப்புறம் வாப்பாவோடா...”

“குசும்பு சொல்லாதடீ.”

ரசியா, உம்மா இருவரின் திடீரென்ற சிரிப்பு வீட்டை நிறைத்தது.

“இனி நீ சமாச்சாரத்தைச் சொல்லு.”

“அது ...” ரசியா சுற்றிலும் ஒருமுறை பார்த்துவிட்டுக் குரலைத் தாழ்த்திக் குனிந்து எனக்கு பாங்கு சொல்லணும்,” என்றாள்.

உம்மா சட்டென்று ஒரு நொடி என்ன சொல்வது என்று தெரியாமல் ரசியாவைப் பார்த்தாள். சற்றுநேரம் எதுவும் பேசாமலிருந்துவிட்டு எழுந்துபோனாள். “உம்மாவுக்குப் பிடிக்கலேன்னா செய்யாதே, கூடாது, வேண்டாம்னு ஒரு வார்த்தையும் சொல்லாதீங்க.” மௌனம்தான் பதிலாக இருந்தது.

அன்று இரவு உம்மா ரசியாவுடன் எதையும் பேசவில்லை. எல்லாரும் தூங்கிய பின்பு ரசியா படைத்தவனிடம் கேட்டாள், “நான் ஆசைப்படுவது தப்பா?”

அப்போது நிலாவை மறைத்திருந்த மேகம் விலகியது. வெளிச்சத்தின் சிறு கீற்று ஜன்னல் வழியே ரசியாவின் அறைக்குள் நுழைந்தது.

பகலுணவை முடித்து எல்லாரும் அரட்டை அடித்துக் கொண்டிருந்தபோது தீபா ஓடிவந்தாள். மூச்சிரைத்தபடி ரசியாவின் தோளைப் பிடித்துக்கொண்டு சொன்னாள், “முத்தம் குடுத்திட்டேன்.”

முதலில் யாரும் நம்பவில்லை. ஷமீனாவுக்குப் பக்கமாக உதட்டைக் காட்டிக் கேட்டாள் “பார்த்தியா, ஆவி பறக்கிறதைப் பார்த்தியா?”

ஷமீனா சொன்னாள் “சரிதான் ஒரு மணிப்பிரவாள வாசனை அடிக்குது.”

மலையாளத் துறையில் புத்தக அலமாரிகளுக்கு இடையில் நின்றிருந்த வர்மா சாரின் கையிலிருந்து கேரள பாணினீயத்தை வாங்கியதாகவும் அப்போது தன் உதடுகள் ஒரு மீன்கொத்தியைப் போல சீழ்க்கையடித்து அந்தக் கை முடியிலிருந்து வியர்வையைக்

கொத்திக்கொண்டு பறந்ததாகவும் அலங்காரங்கள் சூட்டி தீபா சொல்லி முடிப்பதற்கு முன்பே எல்லாரும் மலையாளத் துறையின் ஜன்னலருகில் வந்து சேர்ந்திருந்தார்கள்.

"திடமில்லா சித்தன்" என்றாள் ஜோதி.

"பாணியைத் தொட்டதால் இன்றுமுதல் நீ பாணினி," தீபாவைப் பார்த்து ரசியா சொன்னாள்.

அதே நாள் நண்பகலிலேயே ஆங்கிலத்துறை ஜானிடம் தான் நேசிப்பதைச் என்று சொல்ல ஜோதி தீர்மானித்தாள். ஜானுக்குப் பக்கத்தில் போய்ச்சேர்வதற்கு முன்பு ஜோதிக்கு லேசாக மூச்சிரைத்தது. அதனால்தான் அவள் சோர்ந்து நிற்கிறாள் என்று அளந்து பார்த்த ஜான் சொன்னான்: "பெண்ணே, நானும் என் வகுப்பு கிருஷ்ணகுமாரும் காதலிக்கிறோம். அதனாலே..."

முதலில் என்ன சொல்வது என்று தெரியாத குழப்பத்தில் மூழ்கினாள் ஜோதி. பிறகு எங்கிருந்தெல்லாமோ கொண்டுவந்த சிறிய பலத்துடன் சொன்னாள்: "அதனால பரவால்ல. எனக்கு உன்னைப் படிச்சிருக்கு."

ஜான் சின்ன அழுகையுடன் ஜோதியிடம் சொன்னான் "அப்படிச் சொல்லாதே ஜோதி. என்னை ஒரு பிரதர் மாதிரி..."

ஜானின் அந்தச் சொற்கள்மீது ஜோதியின் பொறுமையின்மை கொஞ்சம் உரக்கவே ஒலித்தது "அதெல்லாம் முடியாது. எங்க வீட்டிலேயே சகோதரர்களை முட்டிக்காம நடக்க முடியறதில்ல."

ஜான் நிராதரவாக ஜோதியைப் பார்த்தான். ஜோதி தன்னுடைய சின்னத் தோல்வியை அற்பமாகப் பார்க்கிறாள் என்று பாவித்து இப்போ தேம்பிடுவோம் என்று பயமுறுத்திய உதடுகளைக் கடித்துக்கொண்டு சற்றுத் தூரம் நடந்தான். இத்தனை வேகமாக எங்கே போகிறோம் என்று கால்களுக்கும் புரியவில்லை.

கொஞ்சநாட்களுக்கு ஒரு சின்ன வருத்தம் காற்றைப் போல ஜோதியிடன் சுற்றிக்கொண்டிருந்தது. ஷமீனாவுடன் சினிமாவுக்குப் போனபோதுதான் அதிலிருந்து வெளியே வந்தாள். ஷமீனா அஷரப்பின் பக்கத்தில் உட்கார்ந்திருந்தாள்; அஷரப்பின் நண்பன் ஜோதியின் பக்கத்திலும். தியேட்டரில் இருட்டு விழுந்த கொஞ்ச நேரத்துக்குப் பிறகு அஷரப்பின் நண்பன் ஜோதியிடம் கேட்டான்: "எனக்குப் பயங்கரமாகக் குளிருது. கட்டிப்பிடிச்சுக்கிட்டு உட்கார்ந்துகிட்டா?"

'அயோக்கியா, அப்பனுக்குப் பொறக்காதவன் பேச்சுப் பேசறியா?' என்றெல்லாம் கேட்க நாவு எழும் நேரமிருக்கிறதே அதற்குள், பஞ்சுபோன்ற மென்மையான கை வந்து ஜோதியை அணைத்துக்கொண்டது. இடைவேளையில் வெளிச்சம் வருவதற்கு முன்பு நழுவியது. இடைவேளைக்குப் பிறகு மீண்டும் வந்தது. அது ஒரு முத்தமிடவோ அல்லது விரல்களில் பம்மிப் பம்மி முலைகளை நோக்கி நகரவோ இல்லை. சினிமா முடிந்துபோகும்போது அஷ்ரப்பின் நண்பன் இணக்கமான சிரிப்பை ஜோதிக்குக் கொடுத்தான்.

"இதைப் பார், உடுப்பெல்லாம் கசங்கிடுச்சு," திரும்பிப் போகும் வழியில் சின்ன வெட்கத்துடன் ஷமீனா கேட்டாள், "ஆளுங்களுக்கு ஏதாவது சந்தேகம் தோணுமா?"

ஜோதி பதில் சொன்னது அதற்கல்ல. "அந்தப் பையனுக்கு ரொம்பக் குளிரா இருந்ததுனாலதான் அப்படிப் பண்ணினான் இல்லையா?"

காலத்தின் பாய்ச்சல் அவர்களெல்லாம் நினைத்திருந்ததை விட வேகமாக இருந்ததால் இனிக் கொஞ்ச நாட்களே மிச்ச மிருக்கின்றன என்று காலண்டர் அடிக்கடி ஞாபகப்படுத்தியது. ரசியாவின் விஷயத்தில் எந்த முடிவும் ஏற்படாததில் கூட்டாளி களுக்கு வருத்தமிருந்தது. ஒருவாரம் போனால் கல்லூரி மூடப்படும்.

"தோ பார் ரசியா, நீ வேறே எதாவது ஆசையைச் சொல்லு, இதை விடு," என்றாள் ஜோதி.

"ஆமாம், என்ன அழும்பு வேணும்னாலும் சொல்லு, நாங்க கூட இருக்கோம்" என்ற ஷமீனா, ரசியாவின் தலையைத் தொட்டு "படைச்சவன்மேல ஆணை, சத்தியம்," என்றாள்.

ரசியா சற்று நேரம் பேசாமலிருந்துவிட்டுச் சொன்னாள் "அதைத் தவிர எனக்கு வேற ஆசை எதுவுமில்ல."

"இதுக்குக் கிறுக்குப் புடிச்சிருக்கு" தீபாவுக்குக் கோபம் வந்தது. "விளையாட்டா ஒரு விஷயம் சொல்றப்போ, சும்மா சீரியசான ஒவ்வொண்ணாச் சொல்லிக்கிட்டு வந்துடறாங்க. இப்போதைக்கு இந்த விளையாட்டை இங்கே வெச்சு நிறுத்திடலாம்."

"ஆமாம் அதுதான் நல்லது," என்றாள் ஷமீனாவும். "எல்லாத்துக்கும் ஒரு லிமிட் இருக்கு. அதைத் தாண்டின புரட்சியொண்ணும் வேண்டாம்."

"ஷெமீ, நான் புரட்சி நடத்தணும்னு ஒண்ணும் சொல்லலியே, என்னோட ஆசையொண்ணைச் சொல்லச் சொன்னீங்க. நான் சொன்னேன். அது எனக்கு சின்ன வயசிலிருந்தே இருக்கிற ஆசை."

"இந்த வயசில வேறே என்னவெல்லாம் தோணும், அதொண்ணும் நீ ஏன் சொல்லலே. நடக்காத காரியத்தைத்தான் சொல்லணும்னு எதுக்கு இத்தனை பிடிவாதம்?"

"நீ எதுக்காக அவகிட்ட சூடாகிறே?" ஜோதி தீபாவிடம் கேட்டாள்.

"நான் யாருகிட்டேயும் ஒண்ணும் சொல்லலே," என்று சொல்லியவாறே தீபா பையை எடுத்துக்கொண்டு இறங்க ஆரம்பித்தாள். "ஷமீ, நீ வர்றதானா வா, நான் போறேன்."

ஷமீனா தீபாவுடன் இறங்கும் முன்பு ரசியாவிடம் சொன்னாள் "அடி பிள்ளே, நீ தீனியான பெண்ணாகப் பாரு."

ஜோதிக்கு ஷமீனா சொன்னதன் அர்த்தம் புரியவில்லை. இருவரும் இன்னும் கொஞ்சநேரம் வகுப்பறையிலேயே உட்கார்ந்திருந்தார்கள். திரும்ப பஸ் ஸ்டாண்டுக்கு நடக்கும்போது ஜோதி கேட்டாள், "நீ அதை நெஜமாத்தான் சொன்னியா?"

ரசியா தலையாட்டினாள்.

"நாளைக்கு உனக்கு பாங்கு சொல்லணுமா?"

"வேண்டாம்," என்றாள் ரசியா.

"அப்புறம்?"

"வர்ற வெள்ளிக்கிழமை, ஜூம்ஆவுக்கு,"

ஜூம்ஆ என்றால் என்னவென்று தெரியவில்லை; எனினும் வெள்ளிக்கிழமை போதும் என்றது புரிந்தது.

"நாம சேர்ந்து போகலாம்,"

"எங்கே?"

"இங்கேயிருந்து பத்துப் பதினைஞ்சு கிலோமீட்டர் போனால் சின்னக் காடு இருக்கு. அங்கேன்னா ஒரு மனுஷங்களும் இருக்கமாட்டாங்க. அங்கே போறதுல உனக்குப் பிரச்சனை ஒண்ணும் இல்லியே?"

"என்ன பிரச்சினை?" என்று கேட்டுவிட்டு ரசியா நேசத்துடன் ஜோதியின் கையைப் பற்றினாள்.

வியாழக்கிழமை இரவு படுத்திருக்கும்போது ரசியா சின்ன வயதில் பாளையம் பள்ளிவாசலிலிருந்து கேட்ட பாங்கின் சங்கீதத்தை நினைத்துக்கொண்டாள். பின்னர் ஒருபோதும் அத்தனை இனிமையாகப் பாங்கு சொல்வதை அவள் கேட்டிருக்கவில்லை. ஒருமுறை வாப்பா கல்ஃபிலிருந்து கொண்டு வந்த டைம்பீஸில்தான் காந்தம் ஈர்ப்பதுபோன்ற உள்ளத்தை முத்தமிடும் அழைப்பைக் கேட்டாள். சங்கீதம் இறைவனிடம் செல்வதற்கான அழைப்பாகத் தோன்றும் அபூர்வ நிமிடமாகவும் அது ரசியாவுக்கு அனுபவப்பட்டிருந்தது.

மறுநாள் காலையில் வலியும்மாவின் தொழுகைப் பாயுடனும் மூடிபோட்ட பெரிய செம்பில் வுளூச் செய்வதற்கான தண்ணீருடனும் ரசியா கல்லூரி முன்னால் நின்றாள். சிறிது நேரம் கழித்து ஜோதி வந்தாள். கூடவே அவர்களின் சமவயதுள்ள ஒருவனும்.

“இது அஷரப்போட சிநேகிதன், நான் அன்னைக்கு சொன்னேனே” என்று சிரித்துக்கொண்டே ஜோதி சொன்னாள்.

ரசியா தலையாட்டினாள்.

“அந்தப் பக்கத்துக்குப் பஸ் இல்ல. ஆட்டோக்காரங்களும் வரமாட்டாங்க. நீ இவன்கூடப் போயிட்டு வந்திரு.”

ரசியா பதில் சொல்லவில்லை.

“பயமா இருக்கா?” ஜோதி கேட்டாள்.

பதில் சொல்லாமல் ஜோதியைப் பார்த்துச் சிரித்துவிட்டு ரசியா அவனுடைய பைக்கில் பின்னால் உட்கார்ந்தாள்.

இருட்டுக்குள் வளர்ந்து பந்தலாகப் படர்ந்திருந்த மரங்களின் ஊடே அவர்கள் நடந்தார்கள். இப்போதுதான் ஊர்ந்துபோனது என்று தோன்றும்படியாகத் தேங்கி நின்ற வாடை ரசியாவுக்கு முதல் அனுபவமாக இருந்தது. உச்சிக்கிளைகளிலிருந்து நிலத்தைத் தொடத் துடிக்கும் கொடிகள் இடையிடையே காற்றில் அசைந்து இருவரின் கழுத்துகளிலும் தொட்டன. சில கம்புகள் கண்ணை நோக்கிப் பாய்ந்தன.

“குளவிக் கூடு இருக்கு,” என்று அவன் ஒரு மரத்தைச் சுட்டிக்காட்டிச் சொன்னான்.

“நான் குளவியைப் பார்த்ததில்லை,” என்றாள் ரசியா.

"கொட்ட வந்ததுன்னா பார்த்துக்கிட்டு நிக்க வேண்டாம். ஓடிடணும்."

ரசியா சிரித்தாள்.

காட்டுக்கு வெளியே ஒரு பைக் நிற்பதைப் பார்த்துவிட்டுத்தான் சாராயக் கடைக்குப் போய்க்கொண்டிருந்த இரண்டு இளைஞர்கள் பயணத்தைப் பாதியில் நிறுத்திக் காட்டுக்குள் நுழைந்தார்கள். இலைகளை விலக்கி, கிளைகளை விலக்கி நடக்கும்போது மரங்களின் மறைவில் ஆணும் பெண்ணும் பேசும் ஓசை, முன்னே நடந்துசெல்வதைக் கேட்டார்கள். அந்த ஓசையின் பின்னால் விரைந்தார்கள். ஒரு மரத்தின் பெரிய தாய்வேரைத் தாண்டித் திரும்பும்போது அவர்கள் இருவரையும் பார்த்தார்கள். அவர்கள் நேருக்குநேர் பார்த்துக்கொண்டார்கள்.

"சின்னப் பொண்ணு," என்றான் ஒருவன்.

"பையனும் பொடியன்தான்," என்றான் அடுத்தவன்.

அவன் தலையாட்டிவிட்டு, "அவனுங்களையும் கூப்பிட்டுக்கலாமா?" என்று கேட்டான்.

"கூப்பிடணும்."

"அப்படீன்னா நேரத்தை வீணாக்கக் கூடாது."

அவன் காட்டுக்கு வெளியே ஓடினான்.

ஒரே சமயத்தில் ஒரு கொத்து வார்த்தைகளை உச்சரிப்பது போல மரமொன்று இலைகளை உதிர்த்தது.

ரசியா அவனிடம் நேரத்தைக் கேட்டாள். அவன் சொன்னான்.

"இதுதானே மேற்கு?" அவள் திசையைக் காட்டிச் சந்தேகித்தாள்.

"ஆமாம்."

காட்டுக்கு வெளியே போனவனுடன் வேறு இரண்டு பேரும் வந்தார்கள். அவர்கள் செடிகளை மிதித்துக், கையிலிருந்த அரிவாளால் தடையாக வந்த கிளைகளை வெட்டி உள்ளே புகுந்தார்கள். திடீரென்று காற்றையும் இலைகளையும் அவர்களுடைய கால்களையும் மௌனமாக்கிக்கொண்டு அல்லாஹு அக்பர் என்று பெண்குரலில் பாங்கு ஒலித்தது.

பச்சையின் இருளில் நூற்றாண்டுகளின் அலைகள் தழுவித் தூய்மையாக்கிய அந்த நாதம் ஆகாயத்தின் பரப்பையும் மண்ணின் ஆழங்களில் ஊன்றிய வேரையும் தொட்டது.

திரும்பிவரும்போது காட்டுக்குள்ளே இருட்டில் நிற்பவர்கள் ரசியாவுக்கு அறிமுகமற்றவர்களாகத் தெரியவில்லை. அவள் அவர்களைப் பார்த்துச் சிரித்தாள். அவர்கள் சிரிக்கவில்லை.

ரசியா அவனுடன் கல்லூரிக்கும் அவர்கள் ஷாப்புக்கும் போனார்கள்.

ooo